अंतिम पग

अंतः अस्ति प्रारंभः

अमोल रामदास पोटे

मराठी अनुवाद: राजश्री वसेकर

INDIA • SINGAPORE • MALAYSIA

ISBN 979-8-88833-654-0

अनुक्रमणिका

अर्पण पत्रिका

अर्पण पत्रिका लिहीत असताना सर्वात प्रथम कोणाचे आभार मानू आणि माझ्या संपूर्ण कुटुंबाचे ऋण मी कशा प्रकारे व्यक्त करू या बाबत मी संभ्रमात आहे. सर्वात प्रथम प्रस्तुत पुस्तक लिखाणाचे माझे प्रयत्न मी माझे वडील **श्री. रामदास पोटे** आणि आई **श्रीमती. सिंधूबाई रामदास पोटे** ह्यांना समर्पित करतो ज्यांनी मला नेहमीच समाजोपयोगी काहीतरी करण्याची आणि सामाजिक ऋणाची परतफेड करण्याची प्रेरणा दिली.

माझा मोठा भाऊ **निलेश पोटे** यांना मी कसा विसरु शकतो ज्याने स्वतःचे शिक्षण सोडून माझे शिक्षण पूर्ण केले आणि माझ्या प्रत्येक निर्णयाची पाठराखण केली.

माझी पत्नी **डॉ. योगिता**, जी मी करीत असलेल्या प्रत्येक गोष्टीत मनःपूर्वक सहभागी असते; या पुस्तक लिखाणातील तिचा सहभाग हा उल्लेखनीय आहे.

एस. जी. रानडे सर यांचे अदम्य चैतन्य आणि त्यांनी पुणे आणि इतर शहरातील अनेक तरुणांना सैन्य दलातील सेवे साठी दिलेलं प्रशिक्षण या पासून मला हे पुस्तक लिहिण्याची प्रेरणा मिळाली.

हा उपक्रम सैन्यदलातील जवानांना तसेच स्वातंत्र्यसैनिकांनाही समर्पित आहे जे आपल्या सर्वांच्या निरामय भविष्याकरिता त्यांचे वर्तमान पणाला लावीत असतात.

माझे मित्र **अक्षय शिंदे, अनंत गोरे** यांनी या पुस्तक लेखनामध्ये केलेल्या सहकार्याबद्दल मी मनापासून आभारी आहे.

तसेच सर्वांचें प्रेरणा स्रोत आदरणीय **लेफ्टनंट कमांडर बिजय नायर** यांनी हे पुस्तक लिहीत असताना केलेल्या अमूल्य मार्गदर्शनाबद्दल शतशः आभार.

अमोल रामदास पोटे

अग्रलेख

माझ्या प्रिय मित्रांनो,

अंतिम पगः अंतः अस्ति प्रारंभः ! पुस्तका साठी हा अग्रलेख लिहिताना मला खूप आनंद होत आहे.

मी सातव्या इयत्तेत असताना कशामध्ये करिअर करावे असा प्रश्न मला पडला होता. 1970 च्या दशकात जन्मलेल्या आणि 80 आणि 90 च्या दशकात वाढलेल्या माझ्या पिढीला दोन टीव्ही मालिकांनी भुरळ घातली, त्या मालिका म्हणजे "फौजी" आणि "परमवीरचक्र". मला खात्री आहे की तुमच्यापैकी बऱ्याचजणांनी परमवीर चक्र पुरस्कारप्राप्त कॅप्टन विक्रम बत्रा यांच्या जीवनावर आधारित "शेरशाह" हा चित्रपट नक्कीच पाहिला असेल. या चित्रपटातील तरुण विक्रम मी आधी सांगितलेल्या दोन्ही मालिकांमुळे प्रेरित झालेले दिसतात. परंतु मला, माझ्या शेजारच्या कोणालाही किंवा माझ्या शाळेमध्ये देखील एखाद्याला सैन्यदलात सामील होण्यासाठी काय करावे लागते याबद्दल काहीच कल्पना नव्हती. फौजेत कसे सामील व्हावे हे मला माहीत नव्हते किंवा फौज म्हणजे सैन्यदलाची रचना जसे की सैन्यातील अधिकारी, इतर पदे तसेच सामान्य नागरीक आणि फौज यांच्यातील फरक या सर्वांबाबतही मी पूर्णतः अनभिज्ञ होतो.

तो काळ असा होता जेव्हा इंटरनेट काय चीज आहे हे आम्हाला माहितीही नव्हते. तेव्हा जर कुणी सांगितले असते कि जगातील सर्व माहिती तुम्हाला अक्षरशः हाताच्या बोटावर मिळू शकते तर लोक त्याला हसले असते. फौजेत सामील होण्याबद्दल कोणतीही माहिती मिळणे माझ्यासाठी खरोखर कठीण होते. फक्त माझे नशीब चांगले होते म्हणूनच रजेवर आलेल्या एका नौदल अधिका-याची आणि माझी भेट झाली. ते माझ्या एका शाळेतील मित्राचे काका होते. त्यांनी मला सैन्यदलाबद्दलची तपशीलवार माहिती दिली. तेव्हा मला ऑफिसर आणि इतर रँक एंट्रीबद्दल माहिती झाले. त्यांनीच मला एनडीए (नॅशनल डिफेन्स अकादमी) आणि इंडियन नेव्हल अकादमी (आयएनए) आणि त्याच्या निवड प्रक्रियेबाबत सांगितले. माझ्यासाठी ती एक अतिशय आवश्यक आणि वैध माहिती होती. या माहितीमुळेच मी सैन्यदलाचा एक करिअर म्हणून विचार करण्यास सुरुवात केली. पुढे मी NDA ची

लेखी परीक्षा उत्तीर्ण करून नंतर SSB (सेवा निवड मंडळ) च्या मुलाखती मधेही पात्र ठरलो. मात्र, मला वैद्यकीयदृष्ट्या अनफिट घोषित करण्यात आले. माझे स्वप्न भंग पावले होते. मात्र, आता फौजेच्या काही इतर विचार करणे मी सुरु केले.

मी माझे अभियांत्रिकी शिक्षण पूर्ण करीत होतो आणि माझ्या अभियांत्रिकीच्या तिसऱ्या वर्षात मला डायरेक्ट एंट्री शॉर्ट सर्व्हिस कमिशनबद्दल माहिती मिळाली. मी त्यासाठी अर्ज केला आणि मी टेक्निकल कोर्ससाठी SSB मुलाखत क्रॅक करू शकलो. पुढे मी वैद्यकीय परीक्षे मधेही उत्तीर्ण झालो आणि मेरिट लिस्टमध्ये **AIR 4** म्हणूनही स्थान मिळविले. अशा प्रकारे योग्य वेळी योग्य माहिती मिळाल्यामुळे मी माझे स्वप्न पूर्ण करू शकलो. हा होता माझा फौजेतील अधिकारी होण्याचा प्रवास.

परंतू सैन्यदलात असूनही, मला सैन्यदलात सामील होण्यासाठी उपलब्ध असलेल्या विविध एन्ट्रीची पूर्ण माहिती नव्हती.

जेव्हा अमोलने मला पुस्तकाबद्दल संदेश पाठविला तेव्हा मी पुस्तकाचे "अंतिम पग" हे नाव वाचून खूपच उत्साहित झालो. **"अंतिम पग"** हा सैन्यदलातील बहुतेक अधिका-यांसाठी सैन्यदलासाठीचाच एक पर्यायी शब्द आहे. हा शब्द ऐकल्यानंतर सैन्यदलातील अधिकाऱ्यांच्या अंगावर काटे उभे रहातात. जेव्हा अमोल मला भेटला आणि पुस्तकाच्या संकल्पनेबद्दल त्याने मला माहिती दिली तेव्हा मला या गोष्टीचा अतिशय आनंद झाला की कमीत कमी कोणीतरी सैन्यदलात अधिकारी म्हणून सामील होण्यासाठी उपलब्ध असलेल्या विविध एन्ट्री संकलित करण्याचा प्रयत्न केला आहे.

हे पुस्तक तुम्हाला सैन्यदलात सामील होण्याच्या संपूर्ण प्रक्रियेबद्दल अतिशय चांगली माहिती देते. एखाद्या तरुणासाठी तो सातव्या वर्गात असल्यापासूनच अधिकारी बनण्याची प्रक्रिया कशी सुरू केली जाऊ शकते यावर हे पुस्तक भाष्य करते. हे पुस्तक सैन्यदलात सामील होण्याच्या विविध एन्ट्री आणि एखादी व्यक्ती कोणत्या टप्प्यावर कोणत्या एन्ट्री साठी अर्ज करू शकते हे सविस्तर सांगते. एवढेच नव्हे तर या पुस्तकात आर्मी, नेव्ही आणि एअरफोर्सच्या अकादमींबद्दलची सर्व माहितीही देण्यात आलेली आहे. हे पुस्तक म्हणजे आर्मी मध्ये सामील होण्यासाठी आवश्यक सर्व माहिती एकाच ठिकाणी संकलित करणाऱ्या अत्यंत दुर्मिळ पुस्तकांपैकी एक आहे.

अमोलच्या ह्या पुस्तक लिखाणाच्या उत्कट विचारामुळे मी खूपच भारावून गेलो. त्याला स्वतःला सैन्यदलात सामील होण्यासाठीची योग्य माहिती आणि मार्गदर्शन योग्य वयात न मिळाल्यामुळे सैन्यदल अधिकारी बनण्याचे त्याचे स्वप्न पूर्ण होऊ शकले नाही. परंतू त्यामुळे उदासीन न होता मनातील ही खंत बाजूला सारून त्याने इतर मुलांना हे मार्गदर्शन मिळण्यामध्ये येणारे अडथळे दूर करण्यासाठी सैन्यदलात अधिकारी म्हणून सामील होण्याबाबतची सर्व माहिती एकत्रित उपलब्ध करून देण्याचे उद्दिष्ट ठरविले.

त्याच बरोबर या पुस्तकाच्या रूपाने आजच्या तरुणांना करिअर करीत असताना जगाचा वेध घेऊन ते जिंकून घेण्यासाठी आवश्यक असलेली सर्व माहिती मिळावी यासाठी त्यांनी त्यांच्या लेखन प्रवासातील पहिले पाऊल टाकलेले आहे. अमोलला त्याच्या पुस्तकासाठी खूप खूप शुभेच्छा आणि हे पुस्तक सैन्यदलात अधिकारी म्हणून सामील होण्याचे स्वप्न उराशी बाळगणाऱ्या प्रत्येक तरुणापर्यंत वेळेत पोहोचावे हीच सदिच्छा.

असे जीवन ज्याचे फक्त तुम्हीच स्वप्न पाहू शकता! या आणि भारतातील सर्वांत रोमांचक कार्यस्थळ भारतीय सशस्त्र दलांमध्ये सामील व्हा: असामान्य जीवन जगा.

तुम्ही जे काही करिअर निवडता त्यात तुम्हाला शुभेच्छा देऊन मी साइन ऑफ करेन. मला तुम्हा सर्वांचा अभिमान वाटेल. पुढे जा आणि जीवनात सर्वोत्तम कार्य करा. परंतु अंतिम निवड करण्यापूर्वी एकदा नक्की गणवेश घालण्याचा विचार करा. मी केला आहे!

लेफ्टनंट कमांडर विजय नायर

प्रस्तावना

या क्षणी, तुम्हाला कदाचित प्रश्न पडला असेल की अमोल रामदास पोटे कोण आहेत आणि ते आमच्याशी संरक्षण सेवा परीक्षांशी संबंधित सर्व माहिती का शेअर करत आहेत?

मी तुमच्यापैकी एक आहे ज्याला संरक्षण सेवांमध्ये करिअर बनवण्याची तीव्र इच्छा होती, परंतु फक्त त्यासाठी आवश्यक असलेली माहिती, माझ्या शिक्षण संस्थेकडून किंवा इतर माध्यमांकडून योग्य वेळी न मिळाल्यामुळे मी विविध स्पर्धात्मक परीक्षांची तयारी आणि सैन्य दलामधील अधिकारी केडरमध्ये प्रवेश करण्यासाठीची तयारी करून संरक्षण सेवेत सामील होऊ शकलो नाही.

मला माहित आहे की प्रत्येक राज्यातून अनेक विद्यार्थी आहेत जे भारतीय सैन्य दलात सामील होण्यास इच्छुक आहेत. तथापि, असे आढळून आले आहे की बहुतेक राज्यांतील फारच कमी विद्यार्थी या स्पर्धा परीक्षांची तयारी करतात आणि शेवटी संरक्षण सेवांमधील उच्चपदस्थ अधिकाऱ्यांच्या यादी मध्ये निवडले जातात. सर्व राज्यांचा एकात्मिक विकास व संतुलित प्रतिनिधित्वाच्या दृष्टिकोनातून त्या राज्यांचे असे दयनीय नगण्य प्रतिनिधित्व हे फारसे हितावह नाही. महाराष्ट्र हे देखील या पैकीच एक राज्य आहे. संरक्षण सेवा परीक्षेबाबत एवढा आळस आणि उदासीनता महाराष्ट्र वगळता इतर कोणत्याही राज्यात दिसत नाही. इतर राज्यांतील (उत्तर प्रदेश, हरियाणा, उत्तराखंड, बिहार, राजस्थान, पंजाब, मध्य प्रदेश इ.) विद्यार्थी संरक्षण सेवा परीक्षेत उज्ज्वल यश मिळवण्यासाठी खूप मेहनत करतात.

भारतीय लष्कर, नौदल, आणि हवाईदलाला अधिकारी देणारी भारतातील प्रमुख 10 राज्ये

1. उत्तर प्रदेश

2. हरियाणा

3. उत्तराखंड

4. बिहार

5. राजस्थान

6. पंजाब

7. मध्य प्रदेश

8. महाराष्ट्र

9. दिल्ली

10. जम्मू आणि काश्मीर

वरीलशिवाय इतर राज्यांतील मुले-मुली मागे का राहतात आणि संरक्षण दलात सेवा करण्याची ही संधी का मिळवत नाहीत, हे खरोखरच समजण्यासारखे नाही. कदाचित त्या उमेदवारांचा आणि त्यांच्या पालकांचा सैन्य दलांबाबतचा उदासीन दृष्टीकोन आणि परिणामी अज्ञान आणि गैरसमज, हे एकमेव कारण या मागे असू शकते. असे गृहीत धरू की कदाचित विविध स्पर्धात्मक संरक्षण सेवा परीक्षांसाठी प्रयत्न करून संरक्षण दलाच्या अधिकारी केडरमध्ये कसा प्रवेश मिळवावा, या बाबतची आवश्यक माहिती त्यांच्या शिक्षण संस्थेकडून किंवा इतर माध्यमांकडून त्यांना उपलब्ध होऊ शकत नाही. ही परिस्थिती सुधारण्यासाठी योग्य स्तरावर कोणतेही प्रामाणिक प्रयत्न होताना दिसत नाहीत.

ज्यांना या महान राष्ट्रासाठी आपले योगदान द्यायचे आहे, परंतु माहितीच्या अभावामुळे क्षमता असूनही ते करू शकत नाहीत, अशा इच्छुकांच्या मनात जिद्द प्रज्वलित करणे हा या पुस्तकाचा एकमेव उद्देश आहे. त्यांना जागरूक करून विविध स्पर्धात्मक संरक्षण सेवा परीक्षा देण्यासाठी तयार करण्याचा प्रयत्न या पुस्तकात करण्यात आला आहे.

अधिकाऱ्यांची कमतरता

भारतीय संरक्षण सेवांमध्ये अधिकारीम्हणून बहुतांश राज्यांचे योगदान लक्षणीयरित्या नसल्यात जमा असल्याचे निरीक्षण उच्च स्तरावरील अनेक लोकांनी नोंदविलेले आहे. गेल्या अनेक वर्षांपासून भारतीय सैन्यदलांना दरवर्षी 14-16% अधिका-यांची कमतरता भासत आहे. आपण खालील स्त्रोतांवर एक नजर टाकू शकता:

भारतीय सशस्त्र दलांना 11, 000 अधिकाऱ्यांसह 52, 000 हून अधिक कर्मचाऱ्यांच्या कमतरतेचा सामना करावा लागत आहे: संरक्षण मंत्री मनोहर पर्रीकर, 2016.

पर्रीकर म्हणाले की, "तरुणांना सैन्य दलात सामील होण्यासाठी प्रोत्साहन देण्यासाठी सरकारने अनेक पावले उचलली आहेत, ज्यामध्ये **'सस्टेन्ड इमेज प्रोजेक्शन'**, करिअर मेळावे, प्रदर्शन, आणि जनजागृतीसाठी प्रचार मोहिमांमध्ये सहभाग यांचा समावेश आहे."

OFFICER NUMBERS
As on July 1, 2015

Authorised	49,737
Held	40,525
Shortfall	9,212 (18%)

FIGHTING SHORTAGE
How shortfall fell from 26% in 2010 to 18% in 2015

Year	Intake	Exit	Net Increase
2010	1,488	1,137	351
2011	1,780	1,121	659
2012	2,038	1,034	1,004
2013	1,964	803	1,161
2014	1,856	830	1,026
2015	1,935	953	982

ROADMAP
Projections to bring shortfall to 12% by 2021

Year	Intake	Exit	Net Increase
2016	2,050	1,210	840
2017	2,100	1,183	917
2018	2,100	1,172	928
2019	2,100	1,143	957
2020	2,100	1,237	863
2021	2,100	1,249	851

सैन्यदलातील प्रत्यक्ष अधिकाऱ्यांची संख्या ही मंजूर अधिकारी संख्येपेक्षा 18 टक्के कमी आहे आणि ही कमतरता 12 टक्क्यांपर्यंत खाली आणण्यासाठी 2025 पर्यंतचा वेळ लागेल असा अंदाज आहे. 2010 मधील परिस्थितीपेक्षा सध्याची परिस्थिती सुधारली आहे. 2010 मध्ये सैन्य अधिकाऱ्यांची संख्या ही मंजूर अधिकाऱ्यांपेक्षा 26 टक्के कमी होती. अधिकाऱ्यांची कमतरता ही प्रदीर्घ काळची समस्या आहे. सरकारने गेल्या दोन दशकांत त्यावर मात केली आहे. शहरी तरुणांना लष्कराकडे आकर्षित करण्यासाठी जाहिरात मोहिमा सुरू केल्या. सहाव्या वेतन आयोगाने पगार वाढवला आणि पुढे सातव्या वेतन

आयोगाने त्यात लक्षणीयरीत्या वाढ केलीपरंतु या उपायांनी केवळ मर्यादित परिणाम दिसून आले आहेत.

भारतीय सैन्याला एका असामान्य समस्येचा सामना करावा लागत आहे - पुरेसे तरुण अधिकारी म्हणून सैन्यात सामील होण्यासाठी आकर्षित होत नाहीत. या परिस्थितीवर चिंता व्यक्त करताना लष्कर प्रमुख जनरल विक्रम सिंग यांनी सांगितले की, सध्या सुमारे 10, 500 अधिकाऱ्यांची गरज आहे. तरुणांना सैन्य दलांकडे आकर्षित करण्यासाठी अनेक पावले उचलण्यात आली आहेत, असे ते म्हणाले. यामध्ये शॉर्ट सर्व्हिस कमिशन (एसएससी) अधिकाऱ्यांचा कार्यकाळ 10 वर्षांवरून 14 वर्षांपर्यंत वाढवणे यासोबतच ए. व्ही. सिंग समितीने भारतीय लष्कराच्या अधिकाऱ्यांच्या संवर्गाची पुनर्रचना आणि वेतन आयोगाच्या अहवालातील सूचनांची अंमलबजावणी करण्याबाबतच्या केलेल्या शिफारशी लागू करणे आणि अधिकाऱ्यांसाठी बढतीच्या संधी वाढवणे, यांचा समावेश आहे. **'निरर्थक मरण्यापेक्षा चांगल्या उद्देशासाठी जगा'** या ब्रीदवाक्यासह लष्कर शहरी आणि ग्रामीण अशा दोन्ही भागांना लक्ष्य करून चौफेर प्रचार मोहिमेची योजना आखत आहे. अधिकाऱ्यांनी सांगितले की, सक्षम तरुणांना आकर्षित करण्यासाठी आणि **'करिअर म्हणून आर्मी'** बद्दल जागरूकता पसरवण्यासाठी भरती संचालनालयाने अनेक 'इमेज प्रोजेक्शन कॅम्पेन' सुरू केले आहेत.

A. परिचय

AN OFFICER; A GENTLEMAN

तुम्हाला देशसेवेची आवड आहे का? तुम्ही आव्हाने स्वीकारण्यास तयार आहात का? तुमची मातृभूमी इतरांपेक्षा पवित्र आहे असे तुम्हाला वाटते का? या सर्व प्रश्नांसाठी तुमचे उत्तर 'होय' असेल तर संरक्षण क्षेत्रातील करिअर हा तुमच्यासाठी सर्वोत्तम पर्याय आहे. हे असे ठिकाण आहे जिथे तुम्ही तुमच्या देशासाठी जगू शकता आणि त्याचे सार्वभौमत्व आणि संरक्षण करण्यासाठी सेवा बजावण्याचा विचार करू शकता. प्रत्येक तरुणाला आपल्या मातृभूमीसाठी योगदान द्यायचे असते पण हा अधिकार औपचारिक रित्या फक्त सैन्य दलातील कर्मचाऱ्यांना देण्यात आला आहे.

सैन्य दलातील करिअर मुळे तुम्हाला आकर्षक जीवनशैली प्राप्त होईल त्या सोबतच तुम्ही एक सज्जन अधिकारी म्हणून घडाल. एक अधिकारी म्हणून संरक्षण दलातील करिअरच्या पर्यायांच्या लोकप्रियतेचा आलेख फार उंच नसला तरीही तरुणांमध्ये नेहमीच या करिअरला सन्मानाचे आणि आदराचे स्थान मिळाले आहे. गेल्या दोन दशकांत व्हाईट कॉलर नोकऱ्यांमध्ये झपाट्याने वाढ झाली असली तरीही संरक्षण दलातील करिअरचे उपलब्ध पर्याय, सेवा शर्ती आणि मिळणारा जीवनाचा दर्जा याबाबत तरुणांमध्ये असलेली अनभिज्ञता यामुळे सैन्य दलातील करिअर निवडीचा पर्याय घेतला जात नाही.

भारतीय लष्करी अधिकारी म्हणतात की, प्रत्येक वेळी मी माझे बॅज आणि बकल्स चमकवतो, तेव्हा मला आर्मीमध्ये असल्याचा अभिमान वाटतो. आकाशात उंच फडकणाऱ्या राष्ट्रध्वजाखाली क्लासिक आर्मी बँडच्या तालावर हातात रायफल घेऊन POP **'पासिंग आऊट परेड'** करतांना **'अंतिम पग'** च पाऊल पार

करण्याचे स्वप्न बहुतेक तरुण पाहतात. सैन्य दलातील उमेदवाराच्या या अभिमानाच्या भावनेची बरोबरी पृथ्वीवरील कोणतीही गोष्ट करू शकत नाही.

एका भारतीय लष्करी अधिकाऱ्याच्या मते, गणवेशाबद्दल आदर, देशसेवेची तळमळ आणि सुरक्षित केंद्र सरकारची नोकरी ही मुख्य कारणे तरुणांना सैन्य दलातील करिअरसाठी आकर्षित करतात. सैन्य दलातील करिअर इच्छुकांना प्रखरराष्ट्रभक्त आणि महान मानवतावादी बनवू शकते. सैन्य दलातील करिअर हे इच्छुकांना आकर्षक प्रोत्साहनपर भत्ते, उच्च जीवन शैली आणि सामाजिक आदर मिळवून देते. कोणत्याही प्रकारची फीस नाही, देणगी नाही, घराणेशाही नाही; सशस्त्र दलात प्रवेश मिळण्यासाठी

फक्त एकच गोष्ट आवश्यक आहे ती म्हणजे शुद्ध गुणवत्ता. जगातील सर्वोत्कृष्ट लष्कराचा एक भाग बनण्याची आणि केवळ अधिकारीच नव्हे तर आयुष्यभर सज्जन व्यक्ती बनण्याची ही एक सुवर्ण संधी आहे.

संरक्षण दलाची लोकप्रियता हळूहळू वाढत असली तरी त्याचे खरे कारण; ते तुम्हाला जास्त उत्पन्न देते म्हणून नाही तर भारतातील हे एकमेव ठिकाण आहे जिथे आरक्षण लागू होत नाही. परीक्षा उत्तीर्ण होण्यासाठी येथे सर्वांना समान वागणूक दिली जाते आणि कठीण मापदंडांवर त्यांची निवड केली जाते. प्रत्येक गोष्टी कडे पाहण्याचा सकारात्मक दृष्टिकोन हाच लष्करी सेवेत सामील होण्याच्या यशाचा मंत्र आहे. सकारात्मकता तुमच्या विचार करण्याची पद्धत बदलते आणि प्रतिकूल परिस्थितीला देखील अनुकूल बनवू शकते. येथील निवड प्रक्रियेचे तंत्र हे सिद्ध झालेले असून ते वर्षानुवर्षे सैन्य दलासाठी योग्य उमेदवार निवडी मध्ये कामास येत आहे.

सैन्य दलातील करिअरसाठी तरुणांना आकर्षित करणारी काही मुख्य कारणे खालील प्रमाणे आहेत:

1. **देशप्रेम सर्वोच्च स्थानी:** तिरंग्याबद्दलचे अतीव प्रेम आणि निरतिशयआदर लोकांना सैन्यात येण्यासाठी उद्युक्त करते.

2. **युनिफॉर्मचे आकर्षण:** होय, हे खरे आहे की गणवेशामुळे तुमचे व्यक्तिमत्त्व संपूर्ण बदलते. लष्करी गणवेशात तयार होऊन आरशात स्वत:ला पाहण्यापेक्षा जास्त समाधान दुसरे काहीही देत नाही.

3. **अभिमान आणि सन्मान:** जेव्हा एखादा पिता म्हणतो, "बघा बघा, माझा मुलगा भारतीय सैन्यात आहे" तेव्हा त्याच्या आवाजातुन अभिमान ओसंडून वहात असतो. बरं, ही अशी गोष्ट आहे जी इतर कोणतेही करिअर तुम्हाला देऊ शकत नाही, तुम्ही कितीही कमावले तरीही; काही गोष्टी अशा असतात ज्या पैशाने कधीच विकत घेता येत नाहीत.

4. **मोबदला आणि नोकरीची सुरक्षा:** 100 मिलियन डॉलर्सच्या कंपनीच्या सीईओलाही नोकरी गमावण्याची सतत धास्ती असते. एकदा एका अधिकाऱ्याने म्हटले होते, "जेव्हा तुम्ही सैन्य दलात रुजू होता, तेव्हा तुम्ही सैन्य दलाशी लग्न

करता." सैन्य दल आपल्या जवानांशी अत्यंत मार्दवाने वागते. तुम्ही तुमच्या नोकरीबद्दल आणि वेतनश्रेणीबाबत खात्री बाळगू शकता.

5. **इतर घटक:** मोफत आरोग्य सेवा, क्रीडा आणि साहसी उपक्रम, असंख्य भत्ते, रजा आणि सेवानिवृत्तीचे फायदे यासारख्या गोष्टी केकवर आयसिंग केल्यासारख्या आहेत. याशिवाय तुम्ही विविध मोहिमांवर परदेशात जाऊ शकताआणि या शिवाय इतर अनेक दुय्यम फायदे देखील आहेत.

नैतिकता आणि मूल्ये: जीवनाचा मार्ग

भारतीय सैनिकांमंध्ये अशी अनेक मूल्ये ठासून भरलेली आहेत जी त्यांना अनेक आव्हाने आणि अडचणींचा सामना करण्यासाठी सक्षम बनवतात आणि जेव्हा गरज पडेल तेव्हा राष्ट्राच्या सेवेत अंतिम बलिदान देण्याकरिता त्यांना तयार करतात. लष्कराची नीतिमूल्ये सर्व सैनिकांमध्ये यशस्वी होण्याची अटल इच्छाशक्ती, कठीण जबाबदान्या स्वीकारणे आणि इतरांसाठी आपले प्राण देण्याची अविचल क्षमता रुजवतात. त्या बदल्यात देश त्यांच्या कुटुंबाची काळजी घेईल असा विश्वास त्यांना असतो.

अनेक वर्षांच्या प्रशिक्षणातून सैनिकांमध्ये रुजलेली सैन्याची मूल्येखाली दिली आहेत.

- **एस्पिरिट-डी-कॉर्प्स:** जात, पंथ किंवा धर्माची पर्वा न करता, कॉम्रेडशिप आणि एकमेकांप्रती बंधुत्वाची भावना."**सर्वांसाठी एक आणि एकासाठी सर्व!**" हे लष्कराचे ब्रीदवाक्य आहे.

- **निःस्वार्थ बलिदानाची भावना:** कधीही उलट प्रश्न न विचारणे ही लष्कराची परंपरा आहे. परंतु तीन **"Ns "** साठी करा किंवा मरा हा त्यांचा मंत्र आहे. ते तीन **N** म्हणजे ; **नाम:** म्हणजे युनिट/सैन्य/राष्ट्राचे नाव/सन्मान, '**नमक**' (मीठ) म्हणजे राष्ट्राप्रती निष्ठा, आणि '**निशान**' म्हणजे त्याच्या युनिट/रेजिमेंट/सेना/ राष्ट्राचे चिन्ह किंवा ध्वज ज्याचे सैनिक प्राणपणाने रक्षण करतात.

- **शौर्य:** लढाईत आणि शत्रूचा सामना करताना, अगदी मोठ्या संकटांशी लढताना किंवा समोर मृत्यू दिसत असतानाही निर्भयतेने त्याचा सामना करणे. देशाचा सन्मान आणि अखंडता आपल्या खांद्यावर आहे आणि आपणच त्याचे रक्षण करण्याची शेवटची आशा आहोत त्यामुळे आपण माघारी फिरू शकत नाहीत.

- **निष्पक्षता आणि प्रामाणिकपणा:** प्रामाणिकपणा आणि निष्पक्षतेची अशी भावना मनामध्ये घेऊन सैनिक लढतो जी शत्रूच्याही मनाला भिडते.

- **शिस्त आणि सचोटी:** सर्व परिस्थितीत जरी ती कितीही प्रक्षोभक असली तरीही, शिस्त आणि सचोटी देशभक्तीची भावना सैनिकांच्या मनामध्ये कायम ठेवते.

- **अपमानासाठी मृत्यू:** सैनिकांमधील जवळिक त्यांना अपमानासाठी मृत्यू निवडण्यास भाग पाडते. युनिटमधील 'इज्जत' (सन्मान) ही संकल्पना त्यांना मृत्यूचे भय टाळण्यास सक्षम करते. बरोबरीच्या सैनिकांकडून भ्याड म्हणवून घेणे हे मृत्यूपेक्षा भयंकर आहे.

- **स्पष्टपणा:** सैनिकाने स्पष्ट असणे आवश्यक आहे, कारण त्याच्या एका शब्दावर तो ज्या माणसांचे नेतृत्व करतो ते कोणताही विचार न करता आपले प्राण देण्यासाठी तयार असतात.

आर्मी काय ऑफर करते?

भारतीय लष्कर करिअरच्या प्रत्येक टप्प्यावर व्यावसायिक आणि वैयक्तिक उत्कर्षाचे वचन देते. सैन्य आपल्या अधिकाऱ्यांना कोणत्याही क्षेत्रात आघाडीवर नेतृत्व करण्यास सक्षम बनवतेपण या पेक्षाजास्त आणि पलीकडे जाऊन सैन्यातील नोकरी आपल्याला काय देते असा प्रश्न असायला हवा. एक उत्कृष्ट आणि समाधानकारक करिअर म्हणवून घेण्यासाठी खालील गुण अपेक्षित आहेत:

a. जीवन गुणवत्ता

b. कामाचे समाधान

c. सुरक्षा

d. आर्थिक स्थिरता

e. सामाजिक दर्जा

f. व्यावसायिक प्रगती

g. विविधता आणि साहस

जर तुम्ही या सर्वांचा विचार करीत असाल तर तुमच्यासाठी सैन्य दलातील नौकरी अगदी बरोबर आहे कारण इतर करिअर पेक्षा आर्मीच्या करिअर मध्ये या सर्व बाबी कितीतरी जास्त पटीत अनुकूल आहेत.

A. जीवनाची गुणवत्ता

एक भारतीय सैनिक या नात्याने, तुम्ही अशा जीवनशैलीकडे पहात आहात ज्याची इतर कोणत्याही व्यवसायात कल्पनाही करू शकत नाही. ही नोकरी जी तुम्हाला आव्हान, साहस, उत्साह, सन्मान, प्रतिष्ठा, स्वाभिमान, संपूर्ण कौटुंबिक जीवन, कुटुंबासाठी सुरक्षितता आणि आपल्या महान देशा प्रति प्रेम, आदर आणि सन्मान प्रदान करते. लष्करी जीवन हे विवेक आणि सामाजिक व्यवस्थेचे असे बेट आहे, ज्याचा इतर देशवासीयांना हेवा वाटतो.

संरक्षण, DRDO, DGQA इत्यादींसह देशातील विविध वैज्ञानिक संस्थांमध्ये प्रतिनियुक्ती बरोबरच भारतातील आणि परदेशातील प्रतिष्ठित संस्थांमध्ये उच्च शिक्षणाची संधी ही नौकरी तुम्हाला देते.

B. परदेशी अभ्यासक्रम आणि पोस्टिंग

ही सेवा परदेशात अभ्यासक्रम आणि पोस्टिंगसाठी देखील संधी देते. भारताचे संरक्षण दल हे जगभर प्रसिद्ध आहे आणि परदेशी सैन्यांशी त्याचा व्यापक सुसंवाद आहे. यूएन फोर्सेससह जगभरातील एक्सपोजर आणि प्रवासाच्या संधी ही सेवा तुम्हाला प्रदान करते.

C. आर्थिक स्थिरता

लष्कर देऊ करीत असलेल्या भत्त्यांचे स्वरूप आणि जीवनाचा दर्जा हा इतर सेवांच्या तुलनेत नक्कीच जास्त आहे. डिफेन्स जॉबमुळे तुम्हाला खूप जास्त छुपे भत्ते मिळू शकतात, जे तुम्ही मोबदल्याची गणना करताना विचारात घेतलेले नसतात आणि वाढत जाणाऱ्या महागाई मध्ये ही ते कामास येतात. यापैकी काही भत्ते खालील प्रमाणे आहेत,

7 व्या वेतन आयोगानुसार वेतनश्रेणी: आर्मी/नेव्ही/एअर फोर्समध्ये खालीलप्रमाणे आहेत.

अनु. क्र	सैन्यदल	नौदल	हवाई दल	पे स्केल रु. मध्ये	लेवल
1	लेफ्टनंट	उप-लेफ्टनंट	फ्लाइंग ऑफिसर	56, 100–1, 77, 500	10
2	कॅप्टन	लेफ्टनंट	फ्लाइंग लेफ्टनंट	61, 300–1, 93, 900	10B
3	मेजर	लेफ्टनंट कमांडर	स्क्वाड्रन लीडर	69, 400–2, 07, 200	11
4	लेफ्टनंट कर्नल	कमांडर	विंग कमांडर	1, 21, 200–2, 12, 400	12A
5	कर्नल	कॅप्टन	ग्रुप कॅप्टन	1, 30, 600–2, 15, 900	13
6	ब्रिगेडियर	कमोडोर	एअर कमोडोर	1, 39, 600–2, 17, 600	13A
7	मेजर जनरल	रीअर ॲडमिरल	एअर व्हाईस मार्शल	1, 44, 200–2, 18, 200	14
8	लेफ्टनंट जनरल	व्हाइस ॲडमिरल	एअर मार्शल	1, 82, 200–2, 24, 100	15 आणि 16
9	व्हॉइस चीफ ऑफ आर्मी स्टाफ	व्हॉइस चीफ ऑफ नेव्हल स्टाफ	व्हॉइस चीफ ऑफ एअर स्टाफ	2, 25, 000 (निश्चित)	17
10	जनरल चीफ ऑफ आर्मी स्टाफ	अडमिरल चीफ ऑफ नेव्हल स्टाफ	एअर चीफ मार्शल, चीफ ऑफ एअर स्टाफ	2, 50, 000 (निश्चित)	18

उपरोक्त पे स्केल हे सेवा शर्ती आणि अधिग्रहित पात्रतेनुसार लागू आहेत.

D. व्यावसायिक प्रगती

(a) टाइम स्केलनुसार

कॅप्टन

मेजर

लेफ्टनंट कर्नल

(b) निवडीनुसार

कर्नल

ब्रिगेडियर

मेजर जनरल

लेफ्टनंट जनरल

जनरल

तुम्ही कशाचा विचार करत आहात?तुमची स्वप्ने काय आहेत?तुम्हाला या करिअरकडून काय अपेक्षा आहेत? एक गणवेश, असाधारण सहकारी, बंदूक किंवा तुम्हाला जे काही व्हायचे आहे ते बनण्याची संधी?सैन्यदल ही अशी एकमेव संस्था आहे ज्या मध्ये सहभागी झाल्यास ती तुम्हाला तुमच्या आवडीचे काम करू देते. लष्कर तुम्हाला एक उत्तम व्यक्ती, एक नेता आणि निर्णय घेणारा बनवते. तुम्ही निवृत्त झाल्यानंतरही दुसऱ्या करिअरमध्ये काम करण्यासाठी तयार करते. जर तुम्ही संरक्षण दलात करिअर करण्याचा विचार करीत असाल तर या नंतर दुसरा कोणताच विचार करण्याची गरज नाही. हे भारतातील सर्वात रोमांचक कार्यस्थळ आहे, जिथे जग म्हणजेच तुमचे कार्यालय असेल. येथे बलिदानांचे स्मरण केले जाते, जीवनाचे मूल्य आणि वीरांचे कधीही विस्मरण होत नाही. हे असे कार्यस्थळ आहे जिथे तुम्ही सर्वोत्तम बनू शकता. असे जीवन ज्याचे तुम्ही फक्त स्वप्नच पाहू शकता! या आणि भारतातील सर्वात रोमांचक कार्यस्थळ, भारतीय संरक्षण दलांमध्ये सामील व्हा: एक असामान्य जीवन जगा.

शस्त्रे (रेजिमेंट/पलटण) आणि सेवांची निवड

अधिकारी म्हणूननियुक्त होण्यापूर्वी, कॅडेट्सना त्यांची शस्त्रास्त्रांची निवड विचारली जाते. मुख्य लढाऊ शस्त्रे म्हणजे आर्मर्ड कॉर्प्स, पायदळ आणि तोफखाना इ. सर्व शस्त्रे आणि सेवा युद्धात यश मिळवण्यासाठी तितक्याच महत्त्वाच्या असतात. वैयक्तिक निवड ही सामान्यतः पालकांची आवड, शैक्षणिक पात्रता किंवा विशिष्ट जीवनशैली बाबतचे आकर्षण या सर्वांशी निगडित असते. खाली दिल्या प्रमाणे तुम्ही केलेली शस्त्रांची निवड तुम्हाला तुमच्या जीवनाचा मार्ग थोडक्यात सांगेल. तुमचे आयुष्य कोणतेही नावडते काम करण्यात घालवू नका तर असेच कामं करा ज्या मुळे तुम्हाला हवे ते आयुष्य जगता येईलआणि अशा कामाची सुरुवात तुम्हाला सैन्य दलातील नौकरीत करता येईल.

पायदळ (Infantry)

पायदळ हा सशस्त्र दलांचा कणा असतो आणि सीमेवर शांतता आणि स्थिरता राखण्यात त्यांची महत्वाची भूमिका असते. आक्रमण, प्रगती आणि संरक्षण या व्यतिरिक्त एक पायदळ सैनिक म्हणून तुमच्या जीवनातं कधीही साहस आणि ऊर्जेची कमतरता असणार नाही.

मेकनाईज्ड इन्फंट्री रेजिमेंट

तुम्ही पायदळ सैनिक असा किंवा वाहनावर कामं करणारे असा, एमआयआर ही भारतीय सैन्यातील सर्वात नवीन रेजिमेंट आहे. ही रेजिमेंट सैनिक आणि मशीन यांचा अशा प्रकारे एकत्रित वापर करते जेणेकरून त्यांच्या गती पुढे शत्रूला पळता भुई थोडी होते.

आर्मर्ड कॉर्प्स

जरतुम्ही घोडदळात कामंकरीत असाल तर लष्कर तुमच्या मार्गावरील सर्व अडथळे, आव्हाने दूर करण्याची सम्पूर्णव्यवस्था करते. जसे कि घोडदळास आर्मर्ड व्हेइकल्स दिलेले असतात.

आर्टिलरी रेजिमेंट

मोठमोठ्या लाऊड डेडली गन, बॅटल रॉकेट लाँचर, तोफखान्यातील UMAV (मानवरहित एरियल व्हेईकल) मुळे एखाद्याला शत्रूचा शोध घेता येतो, अनेक मैल दूरवरून ठोस

पणे कामं करून आपल्या सहकाऱ्यांचा काम फत्ते करण्याचा मार्ग मोकळा करता येतो. तोफखान्यातील गोलंदाज सैनिक होणे हे अतिशय रोमांचक आहे. तुम्ही एक लक्ष्मणरेखा ओढा आणि काय बिशाद शत्रू ती ओलांडून जाऊ शकेल.

अभियंता कॉर्प्स (Corps of Engineers)

अशक्य उंचीवर पूल बांधणे असो किंवा इतर काही, लष्कर तुम्हाला नेहमीच रचनात्मक कामं करण्याची संधी देते. इंजिनिअर्सच्या ताफ्यात अनेक आश्चर्यकारक पराक्रम आहेत.

सिग्नल कॉर्प्स (Corps of Signal)

तुमच्या बोटांच्या टोकावर लष्कर अत्याधुनिक तंत्रज्ञान ठेवते. तुम्हाला सॅटेलाइट फोन किंवा कीबोर्डच्या सहाय्याने देशाचे रक्षण करायचे आहे किंवा मग तुम्ही रोबोटला प्राधान्य देऊ शकता.

आर्मी मेडिकल कॉर्प्स

जर तुम्हाला डॉक्टर व्हायचे असेल तर तुम्ही येथे असले पाहिजे.

इंटेलिजन्स कॉर्प्स, आर्मी एज्युकेशन कॉर्प्स, आर्मी सर्व्हिस कॉर्प्स, कॉर्प्स ऑफ इलेक्ट्रॉनिक्स आणि मेकॅनिकल इंजिनियर्स, कोणत्याही करिअरचे फक्त नाव घ्या!येथे तुम्ही बरेच काही साध्य करू शकता आणि यापैकी प्रत्येक करिअर हे उत्तम करिअर आहे. ह्यातील एकही तुमच्या मनासारखे नसेल तर मग तुमच्यासाठी आहे स्पेशल फोर्सेस.

स्पेशल फोर्सेस (PARA SF)

भारतीय सैन्यातील ही एकमेव ऐच्छिक रेजिमेंट आहे जिथे बलिदान हे कर्तव्य आहे आणि विशेषाधिकारही. जिथे 90 दिवसांच्या कठोर प्रशिक्षणाने सैनिकाचे रूपांतर एका कणखर मशीन मध्ये होते. स्पेशल फोर्स मधील सैनिक म्हणजे श्वास घेणारे जिवंत प्राणघातक शस्त्र असतात.

आयोगाचे प्रकार (Type of Commission)

आर्मी कायमस्वरूपी आणि शॉर्ट सर्व्हिस कमिशन दोन्हीही प्रस्ताव देते. इंडियन मिलिटरी अकादमी (IMA) डेहराडून, नॅशनल डिफेन्स अकादमी (NDA), पुणे आणि ऑफिसर्स ट्रेनिंग अकादमी (OTA) गया यांच्यामार्फत कायमस्वरूपी कमिशन (PC) दिले जाते. शॉर्ट सर्व्हिस कमिशन (SSC) ऑफिसर्स ट्रेनिंग अकादमी (OTA) चेन्नई द्वारे मंजूर केले जाते. जेव्हा तुम्ही कायमस्वरूपी कमिशन निवडता तेव्हा तुम्ही मुळात लष्करातील कायमस्वरूपी करिअर, निवृत्त होईपर्यंतचे करिअर पाहता. ज्यांना काही वर्षे सेवा देण्याची इच्छा आहे त्यांच्यासाठी शॉर्ट सर्व्हिस कमिशन (SSC) हा एक उत्तम पर्याय आहे. हे तुम्हाला लष्करात सामील होण्याचा आणि एक कमिशन्ड ऑफिसर म्हणून पाच वर्षे सेवा देण्याचा पर्याय देते. तुमचा कार्यकाळ संपल्यानंतर, तुम्हाला कायमस्वरूपी कमिशन निवडण्याची परवानगी आहे. वैकल्पिकरित्या, तुम्ही पाच वर्षांची मुदतवाढ मागू शकता आणि या कालावधीत कधीही तुमच्या पदाचा राजीनामा देऊ शकता.

प्रवेश प्रक्रियेचे प्रकार (Types of Entries)

कायम, शॉर्ट सर्व्हिस, सर्व्हिस एंट्रीज आणि इतर हे लष्करातील प्रवेशासाठीचे प्रकार आहेत. त्याची माहिती आपण पाहू:

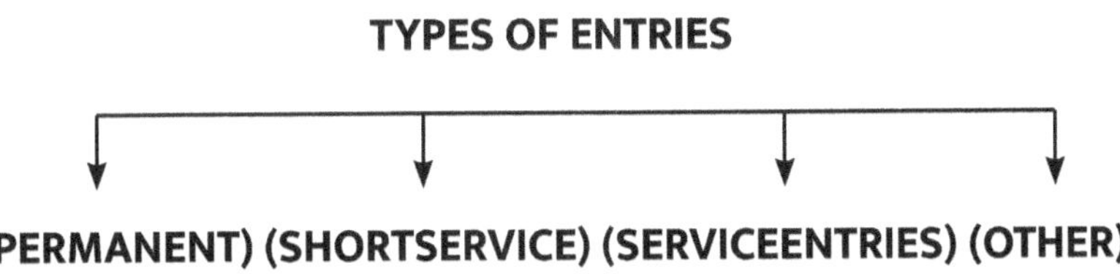

A: कायम (PERMANENT)

1. एनडीए (NDA)
2. इंडियन मिलिटरी अकादमी (IMA)
   a. संयुक्त संरक्षण सेवा परीक्षा/COMBINED DEFENCE SERVICE EXAMINATION (CDSE)
   b. विद्यापीठ प्रवेश योजना/UNIVERSITY ENTRY SCHEME (UES)

c. तांत्रिक पदवी अभ्यासक्रम/TECHNICAL GRADUATION COURSE (TGC)

3. 10+2 तांत्रिक प्रवेश योजना/TECHNICAL ENTRY SCHEME (OTA, गया)

B: शॉर्ट सर्व्हिस (SHORT SERVICE)

1. OTA (चेन्नई)
   a. TECHNICAL (पुरुष आणि महिला दोन्ही)
   b. NON TECHNICAL (पुरुष आणि महिला दोन्ही)
   c. एनसीसी (NCC) स्पेशल एंट्री (पुरुष आणि महिला दोन्ही)
   d. JAG (कायदे पदवीधर)/LAW GRADUATE
   e. एडीसी ADC (आर्मी डेंटल कॉर्प्स)

C: सर्व्हिस एंट्रीज (SERVICE ENTRIES)

1. ACC (आर्मी कॅडेट कॉलेज)

2. PC (कायम कमिशन - विशेष यादी)

3. SCO (विशेष कमिशन अधिकारी)

D: इतर (विविध प्रवेश)

1. TA: TERRITORIAL ARMY (प्रादेशिक सेना)

2. MNS (मिलिटरी नर्सिंग सर्व्हिस)

3. RVC (रिमाउंट व्हेटर्नरी कॉर्प्स)

4. AMC (आर्मी मेडिकल कॉर्प्स - नॉन टेक्निकल)

5. APS (लष्कर पोस्टल सेवा)

A: कायमस्वरूपी आयोग (PERMANENT COMMISSION)

परमनंट कमिशन म्हणजे तुम्ही निवृत्त होईपर्यंत सैन्यदलात सेवा बजावू शकता. कायमस्वरूपी कमिशनसाठी तुम्हाला राष्ट्रीय संरक्षण अकादमी NDA, खडकवासला, पुणे

किंवा इंडियन मिलिटरी अकादमीIMA, डेहराडून किंवा ऑफिसर ट्रेनिंग अकादमी OTA, गया येथे प्रवेश घ्यावा लागेल.

1. राष्ट्रीय संरक्षण प्रबोधिनी, पुणे (NDA)

एनडीए तुम्हाला फक्त बॅचलर डिग्री देत नाही; हे तरुण विद्यार्थ्यांना थेट शाळे मधून निवडते आणि तेथील शिक्षण प्रक्रिये मधून त्यांना सज्जन आणि विद्वान योद्धा बनवते. हा भारताचा सर्वात अर्थपूर्ण पदवीपूर्व कार्यक्रम आहे. तुमच्या आयुष्यातील फक्त तीन वर्षे द्या आणि मग ते तुम्हाला (Service before self) 'स्वतःच्या आधी सेवा' हा जगण्यासाठीचा तीन अक्षरी मंत्र देतील.

तुम्ही बारावीत असताना किंवा बारावी उत्तीर्ण झाल्यावर तुम्ही NDA प्रवेश परीक्षा देऊ शकता किंवा दुसरा पर्याय म्हणजे अपेक्षित शैक्षणिक मापदंडांची पूर्तता करून आणि तुम्ही दिलेल्या निवडींसाठी म्हणजे लष्कर, नौदल, हवाई दलात प्रवेश घेण्यासाठी UPSC लेखी परीक्षा उत्तीर्ण करा. UPSC परीक्षा उत्तीर्ण झाल्यानंतर सेवा निवड मंडळ घेत असलेली 5-दिवसीय मुलाखत आणि तुमची वैद्यकीय परीक्षा झाल्या नंतर तुम्ही लष्कराच्या कायम स्वरूपी सेवेमध्ये सामील होऊ शकता. एनडीए मधील तीन वर्षे तुमचे व्यक्तिमत्व संपूर्णपणे बदलून टाकतात.

2. इंडियन मिलिटरी अकादमी IMA, डेहराडून

इंडियन मिलिटरी अकादमी हे नेतृत्वाचे आणखी एक उगमस्थळ आहे. IMA तुम्हाला आघाडीचे नेतृत्व करण्यासाठी प्रशिक्षण देते. तुम्हाला तंत्रज्ञान आणि इतर आधुनिक साधने वापरून लढाई आणि डावपेचांच्या सर्व पैलूंमध्ये प्रशिक्षण दिले जाते. IMA मध्ये सर्वांगीण विकासासाठी उत्कृष्ट सुविधा आहेत. तुम्ही रिव्हर राफ्टिंग, पॅरा जंपिंग आणि रॉक क्लाइंबिंग, ट्रेकिंग आणि पर्वतारोहण यासारख्या साहसी खेळांसाठी जाऊ शकता. IMA मधून प्रशिक्षण घेतल्या नंतर तुम्हाला भारतीय सैन्यात "लेफ्टनंट" म्हणून नियुक्त केले जाते IMA च्या ब्रीदवाक्यानुसार जे की (Valour&Wisdom)"शौर्य आणि बुद्धी " आहे त्या सोबत जगण्यासाठी तुम्ही बाहेरच्या जगामध्ये प्रवेश करता.

IMA मध्ये प्रवेश करण्यासाठी चार मुख्य पूर्व परीक्षा आहेतः

a) संयुक्त संरक्षण सेवा परीक्षा (CDSE)

तुम्ही पदवीच्या अंतिम वर्षात असताना/कोणतीही पदवीधर पदवी घेत असताना तुम्ही UPSC द्वारे आयोजित CDS प्रवेश परीक्षा देऊ शकता. SSB मुलाखत उत्तीर्ण करा, वैद्यकीय चाचणी उत्तीर्ण करा आणि सर्व पात्रता अटी आणि रिक्त पदांची उपलब्धता पूर्ण झाल्यास थेट प्रवेश म्हणून IMA मध्ये सामील व्हा.

b) विद्यापीठ प्रवेश योजना UNIVERSITY ENTRY SCHEME (केवळ अंतिम वर्षपूर्व विद्यार्थी)

ही प्रवेशिका तुमच्यापैकी ज्यांना अभियांत्रिकीच्या पूर्व-अंतिम वर्षात सैन्यासाठी अर्ज करायचा आहेत्यांच्यासाठी आहे. दरवर्षी अग्रगण्य वर्तमानपत्रांमध्ये/रोजगार बातम्यांमध्ये प्रकाशित होणारी जाहिरात पहा.

UES कोर्ससाठी निवडलेल्या उमेदवारांना इंडियन मिलिटरी अकादमी, डेहराडून येथे प्रशिक्षणासाठी त्यांच्या गुणवत्तेच्या क्रमानुसार आणि त्यावेळी उपलब्ध असलेल्या रिक्त पदांच्या संख्येनुसार प्रवेश दिला जातो. येथील प्रशिक्षण कालावधी एक वर्ष आहे.

प्रोबेशनच्या कालावधीतील उमेदवारांना लेफ्टनंटच्या किमान मूळ वेतनाच्या दराने स्टायपेंड दिला जाईल. तथापि IMA येथे प्रशिक्षण पूर्ण केल्यावरच संपूर्ण वेतन एकरकमी दिले जाईल. IMA मध्ये सामील झाल्याच्या तारखेपासून ते कायम अधिका-यांप्रमाणेच पूर्ण वेतन, भत्ते आणि इतर लाभांसाठी पात्र असतील.

c) तांत्रिक पदवी अभ्यासक्रम (TECHNICAL GRADUATION COURSE)

जे अंतिम वर्षात शिकत आहेत/ज्यांनी अधिसूचित क्षेत्रातील B.E./B.Tech पूर्ण केले आहे ते देखील तांत्रिक पदवी अभ्यासक्रमाद्वारे IMA मध्ये प्रवेश घेऊ शकतात. मे/जून आणि नोव्हेंबर/डिसेंबरमध्ये आघाडीच्या वर्तमानपत्रात/रोजगारच्या बातम्यांमध्ये प्रकाशित झालेली जाहिरात पहा. प्रत्येक वर्षी निवडलेल्या उमेदवारांना अभ्यासक्रम सुरू झाल्याच्या तारखेपासून किंवा IMA मध्ये रिपोर्ट केल्याच्या तारखेपासून लेफ्टनंटच्या रँकमध्ये प्रोबेशनवर शॉर्ट सर्व्हिस कमिशन दिले जाईल. प्रशिक्षण कालावधीत लेफ्टनंटला पूर्ण वेतन आणि भत्ते मिळण्यास ते पात्र असतील. परंतु प्रशिक्षण यशस्वीरीत्या पूर्ण झाल्यानंतर वेतन आणि भत्ते दिले जातील.

प्रशिक्षण कालावधी एक वर्ष आहे. निवडलेल्या उमेदवारांना इंडियन मिलिटरी अकादमी, डेहराडून येथे प्रत्येक विषयातील रिक्त पदांच्या संख्येनुसार गुणवत्तेच्या अंतिम क्रमानुसार प्रशिक्षणासाठी प्रवेश दिला जाईल. प्रशिक्षण यशस्वीरीत्या पूर्ण केल्यानंतर कॅडेट्सना लष्करात लेफ्टनंट पदावर कमिशन दिले जाईल. अधिकाऱ्यांना कोणत्याही शस्त्रास्त्रे/सेवांमध्ये कमिशन दिले जाऊ शकते आणि लष्कराच्या मुख्यालयाने वेळोवेळी ठरविल्यानुसार निवडक नियुक्तींवर ते जगातील कोणत्याही भागात सेवेसाठी जबाबदार असतील. TGC प्रवेशाच्या अभियांत्रिकी पदवीधरांना कमिशन्ड केल्याच्या तारखेपासून एक वर्षापूर्वीची ज्येष्ठता दिली जाईल.

3. 10+2 (TES) प्रवेश ऑफिसर्स ट्रेनिंग अकादमी, गया (Gaya)

तुम्ही बारावीची परीक्षा उत्तीर्ण झाल्यानंतर अर्ज करू शकता. भौतिकशास्त्र, रसायनशास्त्र आणि गणितामध्ये किमान 70% गुण असणे अनिवार्य आहे. रिक्रूटिंग डायरेक्टरेटने ठरवल्यानुसार कट ऑफवर आधारित SSB मुलाखतीसाठी तुम्हाला प्रवेश दिला जाईल.

टीईएस प्रवेशासाठी प्रशिक्षणाचा कालावधी 5 वर्षे आहे आणि तपशील खालीलप्रमाणे आहेत:

1. मूलभूत लष्करी प्रशिक्षण (Basic Military Training): 1 वर्ष (ऑफिसर ट्रेनिंग अकादमी गया).

2. तांत्रिक प्रशिक्षण (Technical Training): तांत्रिक प्रशिक्षण दोन टप्प्यात आयोजित केले जाईल:

- Phase-I: तीनपैकी कोणत्याही CTWs (कॅडेट ट्रेनिंग विंग्स म्हणजे CME पुणे, MCTE महू आणि MCEME सिकंदराबाद) येथे 3 वर्षांसाठी प्री कमिशन प्रशिक्षण.

- Phase-II: CME पुणे, MCTE महू आणि MCEME सिकंदराबाद येथे 1 वर्षासाठी पोस्ट कमिशन प्रशिक्षण. हेप्रशिक्षण यशस्वीरीत्या पूर्ण केल्यानंतर उमेदवारांना अभियांत्रिकी पदवी प्रदान केली जाईल. 4 वर्षांचे प्रशिक्षण पूर्ण केल्यावर ते लेफ्टनंट पदावर नियुक्त केले जातील आणि रँकसाठी ग्राह्य असलेले वेतन देण्यास पात्र असतील.

B. शॉर्ट सर्व्हिस कमिशन (SSC)

तुमच्याकडे लष्करात सामील होण्याचा आणि 10 वर्षांसाठी कमिशन्ड ऑफिसर म्हणून सेवा करण्याचा पर्याय देखील आहे आणि हा पर्याय 14 वर्षांपर्यंत वाढवता येऊ शकतो. या कालावधीच्या शेवटी तुमच्याकडे दोन पर्याय आहेत. एकतर स्थायी आयोग निवडा किंवा निवड रद्द करा. स्थायी आयोगासाठी निवड न झालेल्यांना म्हणजेच 10 वर्ष सेवा पूर्ण केलेल्याना 4 वर्षांच्या मुदतवाढीचा पर्याय आहे. या कालावधीत ते कधीही राजीनामा देऊ शकतात.

शॉर्ट सर्व्हिस कमिशन तुम्हाला विश्लेषणात्मक विचार, नियोजन कौशल्ये, प्रशासकीय आणि संस्थात्मक क्षमता प्रदान करते. हे असे गुण आहेत जे तुम्ही आर्मीनंतर जेथे जाल त्या कोणत्याही संस्थेसाठी अतिशय मोलाचे असतील. पर्यायी करिअरकडे जाण्याच्या अनेक संधी आहेत ज्यासाठी आर्मी देखील तुम्हाला मदत करेल.

1. ऑफिसर्स ट्रेनिंग अकादमी, चेन्नई

आपला 10 ते 14 वर्षांचा उत्साही कार्यकाळ राष्ट्राला कमिशन्ड ऑफिसर (शॉर्ट सर्व्हिस कमिशन) म्हणून समर्पित करण्यासाठी येथे महिला आणि पुरुष कॅडेट्सना 94 आठवडे प्रशिक्षण दिल्या जाते. एकदा तुम्ही तुमचा कार्यकाळ पूर्ण केल्यावर तुमच्याकडे कायमस्वरूपी कमिशनचा पर्याय असतो, परंतु तो तर पुढचा भाग झाला. येथून तयार झाल्यानंतर तुम्ही भारतातील सर्वात रोमांचक करिअरचे मालक व्हाल.

शॉर्ट सर्व्हिस कमिशनसाठी निवड झाल्यावर तुम्ही चेन्नई येथील ऑफिसर्स ट्रेनिंग अकादमीमध्ये जाल. निवड प्रक्रिया ही लेखी परीक्षा असून त्यानंतर SSB मुलाखत आणि वैद्यकीय परीक्षा असते. ओटीए प्रशिक्षण तुम्हाला तुमचा दृष्टीकोन विस्तृत करण्यासाठी आणि तुमचे क्षितिज रुंदावण्याच्या संधी प्रदान करते.

a) शॉर्ट सर्व्हिस कमिशन (तांत्रिक) पुरुष आणि महिला

या प्रवेशाद्वारे अधिकारी भरतीची जाहिरात एम्प्लॉयमेंट न्यूज आणि सर्व महत्त्वाची राष्ट्रीय आणि प्रादेशिक वृत्तपत्रे/दैनिकांमधून जानेवारी आणि जुलै महिन्यात केली जाते. शॉर्ट सर्व्हिस कमिशनसाठी निवड सर्व्हिसेस सिलेक्शन बोर्ड (SSB) मार्फत केली जाते आणि या प्रवेशासाठी कोणतीही लेखी परीक्षा नाही. उमेदवारांनी 6व्या सेमिस्टरपर्यंत मिळवलेल्या

गुणांवर लागू केलेल्या कट ऑफ टक्केवारीच्या आधारे उमेदवारांना SSB मुलाखतीसाठी शॉर्टलिस्ट केले जाते. ही मुलाखत आणि मेडिकल टेस्ट उत्तीर्ण झाल्या नंतर OTA, चेन्नई येथे दरवर्षी एप्रिल आणि ऑक्टोबर महिन्यात दोनदा अभ्यासक्रम चालवले जातात.

b) शॉर्ट सर्व्हिस कमिशन (नॉन-टेक्निकल) पुरुष आणि महिला

या एंट्रीद्वारे अधिकारी भरतीची जाहिरात एम्प्लॉयमेंट न्यूज आणि सर्व महत्त्वाची राष्ट्रीय आणि प्रादेशिक वृत्तपत्रे/दैनिकांमध्ये जुलै आणि नोव्हेंबर महिन्यात केली जाते. अर्ज करण्याची पद्धत केवळ यूपीएससीच्या अधिकृत वेबसाइटद्वारे ऑनलाइन आहे. शॉर्ट सर्व्हिस कमिशनसाठी निवड ही UPSC द्वारे दरवर्षी सप्टेंबर आणि फेब्रुवारी महिन्यात दोनदा आयोजित केलेल्या लेखी परीक्षेद्वारे होते, त्यानंतर सर्व्हिस सिलेक्शन बोर्ड (SSB) द्वारे मुलाखत घेतली जाते.

c) शॉर्ट सर्व्हिस कमिशन (NCC) पुरुष आणि महिला

या एंट्रीद्वारे अधिकारी भरतीची जाहिरात एम्प्लॉयमेंट न्यूज आणि सर्व महत्त्वाची राष्ट्रीय आणि प्रादेशिक वृत्तपत्रे/दैनिकांमधून जून आणि डिसेंबर महिन्यांत केली जाते. जर तुम्ही NCC वरिष्ठ डिव्हिजन (लष्कर) केले असेल आणि किमान 'B' श्रेणीसह 'C' प्रमाणपत्र प्राप्त केले असेल तर तुम्ही तुमच्या NCC शाखा मुख्यालय/झोनल मुख्यालयामार्फत थेट SSB मुलाखतीसाठी भरती संचालनालयाकडे अर्ज करू शकता. SSB पात्र उमेदवारांची वैद्यकीय तपासणी होते.

d) शॉर्ट सर्व्हिस कमिशन (JAG) पुरुष आणि महिला

JAG प्रवेशासाठी अर्ज करण्यासाठी, तुम्ही LLB पदवीमध्ये किमान 55% एकूण गुणांसह कायदा पदवीधर असणे आवश्यक आहे (पदवीनंतर तीन वर्षे व्यावसायिक किंवा 10+2 परीक्षेनंतर पाच वर्षे). उमेदवार बार कौन्सिल ऑफ इंडिया/राज्यात नोंदणीसाठी पात्र असावेत. उमेदवार बार कौन्सिल ऑफ इंडिया द्वारे मान्यताप्राप्त कॉलेज/विद्यापीठातील असावा. या एंट्रीद्वारे अधिकारी भरतीची जाहिरात जून आणि डिसेंबर महिन्यात एम्प्लॉयमेंट न्यूज आणि सर्व महत्त्वाची राष्ट्रीय आणि प्रादेशिक वृत्तपत्रे/दैनिकांमधून दिली जाते.

e) आर्मी डेंटल कॉर्प्स (ADC)

C. सर्व्हिस एन्ट्री

1. ACC (आर्मी कॅडेट कॉलेज)

प्रति कोर्स रिक्त जागा	75 (वर्षातून दोनदा)
अधिसूचना प्रकाशनचा अंदाजीत महिना	एमपी डायरेक्टरेट/AG's द्वारे मार्च आणि ऑगस्टमध्ये युनिट्सद्वारे अधिसूचित

पात्रता निकष	
वय	20 ते 27 वर्षे, किमान दोन वर्षे सेवा लागू होऊ शकते.
पात्रता	10+2 पॅटर्न इयत्ता 12वी उत्तीर्ण किंवा समतुल्य. एसीसी लेखी परीक्षा उत्तीर्ण असावी.
वैवाहिक स्थिती	अविवाहित/विवाहित.
SSB ची संभाव्य तारीख	जानेवारी कोर्ससाठी सप्टेंबर ते नोव्हेंबर. जुलै कोर्ससाठी मार्च ते मे
प्रशिक्षण अकादमी	IMA, डेहराडून येथे ACC विंग.
प्रशिक्षण कालावधी	चार वर्षे (एसीसी विंगमध्ये तीन वर्षे आणि आयएमएमध्ये एक वर्ष).

2. PC (SL) स्थायी आयोग – विशेष यादी

प्रति कोर्स रिक्त जागा	100 (वर्षातून एकदा).
अधिसूचना प्रकाशनचा अंदाजीत महिना	MP Dte/AGs Br द्वारे एप्रिल आणि जुलैमध्ये युनिट्सद्वारे अधिसूचित.

पात्रता निकष	
वय	कमाल वय 42 वर्षे, अभियंतांसाठी 45 वर्षे आणि IOB साठी 45 वर्षे, किमान सेवा 10 वर्षे.
पात्रता	किमान मॅट्रिक
वैवाहिक स्थिती	शिपाई वगळून अविवाहित/विवाहित जेसीओ/एनसीओ.
SSB ची संभाव्य तारीख	जुलै कोर्ससाठी सप्टेंबर आणि ऑक्टो.
प्रशिक्षण अकादमी	AEC सेंटर आणि कॉलेज, पचमढी आणि IMA, डेहराडून.

प्रशिक्षण कालावधी	AEC सेंटर आणि कॉलेज, पचमढी येथे आठ आठवडे आणि IMA येथे चार आठवडे.

3. SCO (विशेष आयोग अधिकारी)

प्रति कोर्स रिक्त जागा	100 (वर्षातून दोनदा).
अधिसूचना प्रकाशनचा अंदाजीत महिना	एमपी डायरेक्टोरेट/AGs Br द्वारे एप्रिल आणि जुलैमध्ये युनिट्सद्वारे अधिसूचित.

पात्रता निकष	
वय	30 ते 35 वर्षांच्या दरम्यान. किमान पाच वर्षांची सेवा लागू होऊ शकते.
पात्रता	मॅट्रिक, एक वर्षाचा किंवा त्यावरील डिप्लोमा.
वैवाहिक स्थिती	अविवाहित/विवाहित
SSB ची संभाव्य तारीख	जानेवारी कोर्ससाठी जुलै/ऑगस्ट आणि जुलै कोर्ससाठी नोव्हें/डिसेंबर.
प्रशिक्षण अकादमी	ओटीए, गया
प्रशिक्षण कालावधी	AEC सेंटर आणि कॉलेज, पचमढी येथे आठ आठवडे आणि OTA, गया येथे एक वर्ष.

D. विविध एन्ट्रीज

1. आर्मी मेड. कॉर्प्स (नॉन टेक), AMC (NT)

प्रति कोर्स रिक्त जागा	रेखा संचालनालयाच्या अधिसूचनेनुसार
अधिसूचनेच्या प्रकाशनाचा अंदाजित महिना	AMC संचालनालयाने अधिसूचित केल्या प्रमाणे

पात्रता निकष	
वय	कमाल 42 वर्षे
पात्रता	किमान मॅट्रिक
वैवाहिक स्थिती	अविवाहित/विवाहित
SSB ची संभाव्य तारीख	नोव्हेंबर/डिसेंबर

प्रशिक्षण अकादमी	एएमसी सेंटर आणि कॉलेज
प्रशिक्षण कालावधी	तीन महिने

2. रीमाउंट व्हेटरनरी कॉर्प्स (RVC)

प्रति कोर्स रिक्त जागा	रेखा संचालनालयाच्या अधिसूचनेनुसार
अधिसूचनेच्या प्रकाशनाचा अंदाजित महिना	RVC संचालनालयाने अधिसूचित केल्या प्रमाणे, नोव्हेंबर/डिसेंबर
पात्रता निकष	
वय	21-32 वर्षे
पात्रता	बीव्हीएससी आणि एएच
वैवाहिक स्थिती	अविवाहित/विवाहित
SSB ची संभाव्य तारीख	सप्टें./ऑक्टो.
प्रशिक्षण अकादमी	आरव्हीसी, मेरठ
प्रशिक्षण कालावधी	तीन महिने

3. प्रादेशिक सेना (TA) TERRITORIAL ARMY

प्रति कोर्स रिक्त जागा	रेखा संचालनालयाद्वारे अधिसूचित (वर्षातून दोनदा)
अधिसूचनेच्या प्रकाशनाचा अंदाजित महिना	TA निदेशालयाद्वारे अधिसूचित
पात्रता निकष	
वय	18 ते 42 वर्षे
पात्रता	मान्यताप्राप्त विद्यापीठातून पदवीधर
वैवाहिक स्थिती	अविवाहित/विवाहित
SSB ची संभाव्य तारीख	ऑगस्ट/सप्टें. आणि मे/जून

प्रशिक्षण कालावधी	प्रशिक्षण भरती: TA बटालियन अंतर्गत 30 दिवस.
	वार्षिक प्रशिक्षण शिबिर: प्रत्येक प्रशिक्षण वर्षात दोन कॅलेंडर महिने.
	पोस्ट कमिशन प्रशिक्षण. कमिशनिंगच्या दोन वर्षात IMA मध्ये तीन महिने.

4. आर्मी पोस्टल सर्विस (APS)

B. भारतीय लष्कर (INDIAN ARMY)

ARMY

(महिलांसाठी)			
प्रवेशाचे प्रकार	**वय**	**पात्रता**	**जाहिरात**
TGC (अभियंता)	20-27 वर्षे.	अभियांत्रिकीच्या अधिसूचित क्षेत्रातील B.E./B.TECH	डिसेंबर – जानेवारी जून - जुलै
SSC (NT) आणिJAG एंट्री	19-25वर्षे पदवीसाठी. 21-27 वर्षे PG साठी	डिप्लोमा/बीएसह पदवी/ पीजी पदवी, मान्यताप्राप्त विद्यापीठातून एलएलबी (LLB)	एप्रिल आणि ऑक्टोबर
SSC (T) (महिला)	20-27 वर्षे.	अभियांत्रिकीच्या अधिसूचित क्षेत्रातील पदवी	जानेवारी आणि जुलै
MNS (मिलिटरी नर्सिंग सर्व्हिस)	अधिसूचनेनुसार	physics chemistry आणि botany हे विषय घेऊन बारावी उत्तीर्ण	-
ADC (आर्मी डेंटल कॉलेज)	45 पर्यंत	मान्यताप्राप्त विद्यापीठातून बीडीएस/एमडीएस	-
CMSE (संयुक्त वैद्यकीय सेवा परीक्षा)	32 पर्यंत	मान्यताप्राप्त विद्यापीठातून MBBS उत्तीर्ण	-

(पुरुषांकरिता)			
प्रवेशाचे प्रकार	**वय**	**पात्रता**	**जाहिरात**
एनडीए (NDA)	16.5-19 वर्षे	सैन्यासाठी: 10+2 चा 12वी किंवा समकक्ष शिक्षण आणि एएफ, नेव्हीसाठी भौतिकशास्त्र (PHYSICS) आणि गणितासह (MATH)	डिसेंबर आणि मे

(पुरुषांकरिता)			
प्रवेशाचे प्रकार	**वय**	**पात्रता**	**जाहिरात**
10+2 (तांत्रिक प्रवेश योजना)TES	16.5-19.5 वर्षे	10+2 भौतिकशास्त्र, रसायनशास्त्र आणि गणित (अर्ज करण्यासाठी एकूण 70% आणि त्याहून अधिक)	एप्रिल आणि सप्टेंबर
IMA **इंडियन मिलिटरी अकादमी**	19-24 वर्षे	मान्यताप्राप्त विद्यापिठाची पदवी	ऑक्टोबर आणि जून
SSC (NT)	19-25 वर्षे	मान्यताप्राप्त विद्यापिठाची पदवी	ऑक्टोबर आणि जून
NCC (विशेष प्रवेश पुरुष)	19-25 वर्षे	एनसीसी वरिष्ठ विभागातील पदवी 'सी' प्रमाणपत्रात किमान 'बी' श्रेणीसह.	सूचित केल्याप्रमाणे
UES (विद्यापीठ प्रवेश योजना)	19-25 वर्षे	अभियांत्रिकी पदवी अभ्यासक्रमाचे अंतिम आणि पूर्व अंतिम वर्षाचे विद्यार्थी	एप्रिल आणि ऑक्टोबर
TGC (ENGINEERS) तांत्रिक पदवी अभ्यासक्रम	20-27 वर्षे	अभियांत्रिकीच्या अधिसूचित क्षेत्रातील B.E./B. tech	एप्रिल आणि ऑक्टोबर डिसेंबर – जानेवारी
SSC (T) (पुरुष) SSC (NT)	20-27 वर्षे	अधिसूचित विषयातील अभियांत्रिकी पदवी	एप्रिल आणि जुलै
JAG (न्यायाधीश महाधिवक्ता)	21-27 वर्षे	मान्यताप्राप्त विद्यापीठातून एलएलबी	-
TA **(प्रादेशिक सेना)**	18-42 वर्षे	मान्यताप्राप्त विद्यापीठातून पदवी	-
ADC (आर्मी डेंटल कॉलेज)	45 पर्यंत	मान्यताप्राप्त विद्यापीठातून बीडीएस/एमडीएस	-

(पुरुषांकरिता)			
प्रवेशाचे प्रकार	वय	पात्रता	जाहिरात
CMSE (संयुक्त वैद्यकीय सेवा परीक्षा)	32 पर्यंत	मान्यताप्राप्त विद्यापीठातून एमबीबीएस उत्तीर्ण	-
संयुक्त संरक्षण सेवा परीक्षा (CDSE)	25 पर्यंत	मान्यताप्राप्त विद्यापीठातून एमबीबीएस उत्तीर्ण	ऑक्टोबर आणि जून

टीप: प्रत्येक वेळी इच्छुकांनी वरील विशिष्ट परीक्षेच्या वेळेवर अपडेट्स आणि सूचनांसाठी सैन्याशी संबंधित वेबसाइट्स आणि रोजगाराच्या बातम्या/प्रमुख वर्तमानपत्रांचा वापर करणे अपेक्षित आहे.

राष्ट्रीय भारतीय मिलिटरी कॉलेज, डेहराडून (RIMC)

RASHTRIYA INDIAN MILITARY COLLEGE

राष्ट्रीय भारतीय मिलिटरी कॉलेज ही एक आंतर-सेवा संस्था आहे आणि संरक्षण मंत्रालयाने स्थापन केलेली 'अ' दर्जाची संस्था आहे. मुलांना आणि मुलींना संरक्षण सेवांमध्ये प्रवेशासाठी तयार करणे आणि तरुण मुलामुलींना दर्जेदार सर्वांगीण शिक्षण देण्याच्या प्राथमिक उद्देशाने महाविद्यालयाची स्थापना करण्यात आली. RIMC ही कदाचित देशातील एकमेव संस्था आहे जिथे दहावी आणि बारावीच्या परीक्षा वर्षातून दोनदा मे आणि नोव्हेंबरमध्ये घेतल्या जातात. या परीक्षा/प्रमाणपत्रे CBSE द्वारे मान्यताप्राप्त आहेत.

डून व्हॅलीच्या सिल्ख्न परिसरात शिवालिक पर्वतरांगांच्या पायथ्याशी असलेले RIMC हे 138 एकरांच्या विस्तीर्ण परिसरात वसलेले आहे. हिरवळीने नटलेल्या शांत वातावरणात वसलेले RIMC हे तरुणांच्या मनोविकासासाठी एक आदर्श ठिकाण आहे. RIMC ही संस्था 13 मार्च 1922 रोजी डेहराडून येथे स्थापन झाली आणि 1922 पासून लष्कराच्या मुख्यालयाद्वारे चालवली जाते. ही संस्था इतर उच्च अकादमींची फीडर संस्था म्हणून काम करते. तसेच NDA, NAVAC ची फीडर संस्था म्हणून काम करीत असताना कॅडेट्सना AFMC, CME आणि टेक्निकल एन्ट्री साठी अर्ज करण्यास सक्षम बनविणे आणि इतर कोणत्याही योजना ज्यातून कॅडेट्स संरक्षण सेवांमध्ये सामील होण्यासाठी तयार होतील यावर काम करते. ही अतिशय अभिमानाची आणि उल्लेखनीय बाब आहे की या संस्थेने भारतीय सशस्त्र दलाला आता पर्यंत सहा जनरल दर्जाचे आणि सर्वोच्च अधिकारी दिले आहेत.

अखिल भारतीय स्पर्धा परीक्षेद्वारे खास निवडलेल्या 11½ ते 13 वर्षे वयोगटातील तरुण मुलामुलींना महाविद्यालय सार्वजनिक शालेय शिक्षण प्रदान करते. या मुलांची आणि मुलींची ज्यांना "कॅडेट" म्हणून ओळखल्या जाते, अशा प्रकारे तयारी करून घेतल्या जाते

जेणेकरून कॅडेट राष्ट्रीय संरक्षण अकादमीमध्ये (एनडीए, पुणे)प्रवेश घेण्यासाठी केंद्रीय लोकसेवा आयोग (UPSC) परीक्षा तसेच सेवा निवड मंडळ (SSB) मुलाखतीत पात्र ठरतील. तसेच R.I.M.C कॅडेट्सना सशस्त्र दलातील कमिशन्ड ऑफिसर म्हणून सेवेसाठी सर्व बाबतीत योग्य बनविते. R.I.M.C. ची माध्यमिक शाळा परीक्षा आणि वरिष्ठ शाळा प्रमाणपत्र परीक्षा (दोन्ही वर्षातून दोनदा आयोजित) CBSE, नवी दिल्ली द्वारे. अनुक्रमे AISSE आणि AISSCE च्या समतुल्य म्हणून मान्यताप्राप्त आहेत. त्याचे कॅडेट्स 'R.I.M.C. SSCE' या प्रमाणपत्राच्या आधारावर महाविद्यालय/व्यावसायिक संस्था/विद्यापीठात पुढील शिक्षणासाठी प्रवेश घेऊ शकतात.

प्रवेश प्रक्रिया

दर सहा महिन्यांनी केवळ 25 कॅडेट्सना प्रवेश दिला जातो. राष्ट्रीय इंडियन मिलिटरी कॉलेज (RIMC), एक इंग्रजी माध्यमाची मुलांची आणि मुलींची निवासी शाळा आहे ज्यामध्ये 5 वर्षांचा अभ्यासक्रम आहे (इयत्ता आठवी ते बारावी) साधारणपणे दरवर्षी 17 जानेवारीला पहिली टर्म आणि 17 जुलैला दुसरी टर्म सुरू होते. यातील इयत्ता अकरावी आणि बारावी फक्त विज्ञान शाखे मधील असते.

अर्ज संबंधित राज्य सरकारांना सादर करावे लागतात. वर्षातून दोनदा घेण्यात येणाऱ्या अखिल भारतीय प्रवेश परीक्षेतील त्यांच्या कामगिरीच्या आधारावर उमेदवारांची निवड केली जाते, ज्यामध्ये इंग्रजी (125 गुण), गणित (200 गुण) आणि सामान्य ज्ञान (75 गुण) अशा लेखी परीक्षेचे पेपर असतात. यातील जे यशस्वी उमेदवार आहेत त्यांना तोंडी मुलाखती साठी (50 गुण) बोलावले जाते. एक गुणवत्ता यादी तयार केली जाते आणि जे पात्र आहेत त्यांना वैद्यकीय तपासणीसाठी पाठवले जाते. जे शेवटी वैद्यकीय तपासणी मध्ये पात्र ठरतील त्यांना RIMC मध्ये प्रवेश दिला जातो.

प्रति टर्म 25 जागांपैकी, मुलांसाठी आणि मुलींसाठी त्यांच्या राज्यानुसार संभाव्य जागा निश्चित केल्या आहेत. पात्र कॅडेट्ससाठी, केंद्र सरकार/राज्य सरकार/खाजगी शिष्यवृत्तीच्या योजना आहेत. उदा. पश्चिम बंगाल राज्य रु. 1000/- प्रति महिना प्रति कॅडेट शिष्यवृत्ती देते. कॅडेटला R.I.M.C. चा अभ्यासक्रम पूर्ण करणे अनिवार्य आहे. आणि त्यानंतरचे NDA/ संरक्षण अकादमींचे अभ्यासक्रम आणि शेवटी सशस्त्र दलात कमिशन्ड ऑफिसर म्हणून

सामील होणे अनिवार्य आहे. कोणत्याही टप्प्यावर अयशस्वी झाल्यास किंवा कॅडेटने माघार घेतल्यास भारत सरकारकडे भरपाई म्हणून रोख रक्कम भरावी लागते.

a. **पात्रता अटी:** महाविद्यालयात प्रवेश हा द्वि-वार्षिक असतो, म्हणजे दरवर्षी जानेवारी आणि जुलैमध्ये. उमेदवार मुले आणि मुलींनी खालील पात्रता अटी पूर्ण करणे आवश्यक आहे.

   i. प्रवेशेच्छूक उमेदवाराचे वय प्रवेशाच्या वर्षाच्या 1 जानेवारी रोजी (पहिल्या टर्मसाठी)/1 जुलै (दुसऱ्या टर्मसाठी) 11½ वर्षे ते 13 वर्षांपिक्षा कमी असावे.

   ii. RIMC मध्ये प्रवेश घेताना तो मान्यताप्राप्त शाळेतून इयत्ता सातवी उत्तीर्ण असावा किंवा इयत्ता सातवी मध्ये शिकत असावा.

   iii. परिशिष्ट B मध्ये दर्शविलेल्या मानकांनुसार वैद्यकीयदृष्ट्या तंदुरुस्त असावा.

   iv. इंग्रजीमध्ये संभाषण करणे त्याला अवगत असावे.

b. **प्रवेश प्रक्रिया एक वर्ष अगोदर सुरू होते:**

A	RIMC ची जाहिरात जारी करणे. प्रवेश परीक्षा आणि प्रॉस्पेक्टसची विक्री	जानेवारी 15 - ते मार्चचा पहिला आठवडा (प्रॉस्पेक्टसची विक्री)
B	अर्ज जमा करणे	31 मार्च
C	प्रवेश परीक्षा	01 आणि 02 जून.
D	लेखी परीक्षेचा निकाल	मध्य सप्टेंबर
E	तोंडी परीक्षा	मध्य ऑक्टोबर
F	गुणवत्ता यादी जाहीर करणे	डिसेम्बर
G	प्रवेश	पुढील वर्षाच्या जानेवारीत

टीप: भारत सरकारने वेळोवेळी, सर्व राष्ट्रीय/प्रमुख वृत्तपत्रांमध्ये सूचित केलेल्या वास्तविक तारखांचे पालन केले जाईल.

शैक्षणिकतयारी

कॅडेट्सना खालील परीक्षांसाठी प्रशिक्षण दिले जाते.

1. माध्यमिक शाळा प्रमाणपत्र परीक्षा (SSC).

2. उच्च माध्यमिक प्रमाणपत्र परीक्षा.
   (वरील परीक्षा CBSE दिल्ली द्वारे मान्यताप्राप्त आहेत)

3. नॅशनल डिफेन्स अकॅडमी आणि नेव्हल अकॅडमी परीक्षा UPSC द्वारे घेतली जाते.

राज्यनिहाय रिक्त जागा (STATE WISE VACANCIES) (तात्पुरती)

अनु. क्र.	राज्य/केंद्रशासित प्रदेशाचे नाव	राज्याचा कोटा	अनु. क्र.	राज्य/केंद्रशासित प्रदेशाचे नाव	राज्याचा कोटा
1	आंध्र प्रदेश	2	19	गोवा	1
2	अरुणाचल प्रदेश	1	20	गुजरात	1
3	आसाम	1	21	हरियाणा	1
4	बिहार	2	22	हिमाचल प्रदेश	1
5	छत्तीसगड	1	23	जम्मू आणि काश्मीर	1
6	दिल्ली	1	24	झारखंड	1
7	कर्नाटक	1	25	तामिळनाडू	2
8	केरळा	1	26	त्रिपुरा	1
9	महाराष्ट्र	2	27	उत्तर प्रदेश	3
10	मणिपूर	1	28	उत्तराखंड	1
11	मेघालय	1	29	पश्चिम बंगाल	2
12	मिझोराम	1	30	अंदमा निकोबार	सामायिक
13	मध्य प्रदेश	1	31	चंदीगड	सामायिक
14	नागालँड	1	32	दादरा आणि नगर हवेली	सामायिक
15	ओरिसा	1	33	पाँडिचेरी	सामायिक

अनु. क्र.	राज्य/केंद्रशासित प्रदेशाचे नाव	राज्याचा कोटा	अनु. क्र.	राज्य/केंद्रशासित प्रदेशाचे नाव	राज्याचा कोटा
16	पंजाब	1	34	दमण आणि दीव	सामायिक
17	राजस्थान	1	35	लक्षद्वीप	सामायिक
18	सिक्कीम	1			

c. **परीक्षेचा आराखडा:** परीक्षेत खालील गोष्टींचा समावेश आहे: (सामान्यत: इयत्ता सातवी केंद्रीय विद्यालयाशी संबंधित). RIMC मध्ये मुलांचा आणि मुलींचा प्रवेश केवळ आठव्या वर्गात वर्षातून दोनदा (पहिली टर्म आणि दुसरी टर्म) गुणवत्तेच्या आधारावर सर्व राज्यांच्या राजधानीत आयोजित केलेल्या अखिल भारतीय प्रवेश परीक्षेद्वारे निवडला जातो.

पहिल्या टर्मसाठी (दुसऱ्या वर्षाचा जानेवारी)		दुसऱ्या टर्मसाठी (दुसऱ्या वर्षाचा जुलै)	
लेखी चाचणी	तोंडी परीक्षा	लेखी चाचणी	तोंडी परीक्षा
प्रथम वर्षाचा जून	प्रथम वर्षाचा ऑक्टोबर	प्रथम वर्षाचा डिसेंबर	प्रथम वर्षाचा एप्रिल

i. **लेखी परीक्षा:** परीक्षेच्या लेखी भागामध्ये तीन पेपर असतील.

इंग्रजी (2 तास/125 गुण).

गणित (1 तास आणि 30 मिनिटे/200 गुण).

सामान्य ज्ञान (1 तास/75 गुण).

ii. **मुलाखत:** (बुद्धीमत्ता, व्यक्तिमत्व इ. चाचणी केवळ लेखी परीक्षेत पात्र उमेदवारांसाठी – 50 गुण).

iii. **किमान उत्तीर्ण गुण:** तोंडी परीक्षेसह सर्व विषयांमध्ये किमान पात्रता गुण 50% आहेत.

d. **अर्ज प्राप्त करण्याची प्रक्रिया:** प्रॉस्पेक्टस्/अर्जाचा नमुना आणि जुन्या प्रश्नपत्रिकेची पुस्तिका राष्ट्रीय इंडियन मिलिटरी कॉलेजमधून खालील पद्धतीने प्राप्त करू शकता,

1. ऑनलाइन पेमेंट द्वारे:-

ऑनलाइन पेमेंट: प्रॉस्पेक्टस्/अर्जाचा नमुना आणि जुन्या प्रश्नपत्रिकेची पुस्तिका www.rimc.gov या वेबसाइटवर ऑनलाइन पेमेंट करून प्राप्त करू शकता. सामान्य (GEN) उमेदवारासाठी रु 600/- आणि SC/ST उमेदवारांसाठीरुपये 555/- शुल्क आकारण्यात येते. (पेमेंट मिळाल्यावर, प्रॉस्पेक्टस्/अर्जाचा नमुना आणि जुन्या प्रश्नपत्रिकेची पुस्तिका फक्त स्पीडपोस्ट द्वारे पाठविली जाईल).

2. डिमांडड्राफ्टद्वारे:-

प्रॉस्पेक्टस्/अर्जाचा नमुना आणि जुन्या प्रश्नपत्रिकेची पुस्तिका नोंदणीकृत पोस्ट/स्पीड पोस्टद्वारे प्राप्त करू शकता. लेखी विनंती सह सामान्य (GEN) उमेदवारांसाठी रु 600/- आणिSC/ST. उमेदवारांसाठी रु. 555/-चा अकाउंट पेयी डिमांड ड्राफ्ट जातप्रमाणपत्रासहपाठविणे आवश्यक आहे. उमेदवाराने डिमांड ड्राफ्ट खालील नावावर काढावा.

THE COMMANDANT, R.I.M.C., DEHRADUN, UTTARAKHAND

Payable at, STATE BANK OF INDIA, TEL BHAVAN,

DEHRADUN, UTTARAKHAND (BANK CODE 01576).

पत्तास्पष्टपणे मोठ्या अक्षरात पिन कोड आणि संपर्क क्रमांकासह टाइप केलेला/ लिहिलेला असावा.

वेबसाइट: www.rimc.gov.in वर चलन/क्रेडिट कार्ड/डेबिट कार्ड द्वारे देखील पेमेंट करता येऊ शकते.

पोस्टल विलंब किंवा अपूर्ण पत्ता किंवा वाचता येऊ न शकणाऱ्या अक्षरामुळे प्रवासात प्रॉस्पेक्टस गहाळ झाल्यास किंवा अपूर्ण, सदोष आणि ठराविक तारखे नंतर उशिराने प्राप्त झालेले अर्ज रद्द मानले जातील. यासाठी RIMC जबाबदार राहणार नाही.

सुचना: इच्छुकांनी फी संरचना, संबंधित राज्याकडून मिळणारी शिष्यवृत्ती इ. तपशीलवार माहितीसाठी www.rimc.gov.in ही वेबसाइट वापरावी.

SPI
सेवा तयारी संस्था, औरंगाबाद (SAMBHAJINAGAR) (महाराष्ट्र)

असे दिसून येते की महाराष्ट्रातील फारच कमी मुले राष्ट्रीय संरक्षण प्रबोधिनीत (NDA) प्रवेश घेतात. परिणामी NDA च्या कॅडेट्समध्ये त्यांची संख्या अतिशय नगण्य आहे. म्हणून, महाराष्ट्रातील मुलांना प्रवृत्त करण्यासाठी आणि एनडीएच्या प्रवेश परीक्षेसाठी स्पर्धात्मक प्रशिक्षण देण्यासाठी, महाराष्ट्र सरकारने 1977 मध्ये औरंगाबाद येथे एसपीआय म्हणून ओळखली जाणारी संस्था सुरू केली. ही संस्था दोन वर्षांसाठी NDA लेखी परीक्षा तसेच सेवा निवड मंडळ (SSB) मुलाखतीचे प्रशिक्षण देते ज्या दरम्यान मुलांनी त्यांचे 11वी आणि 12वीचे महाविद्यालयीन शिक्षण स्थानिक महाविद्यालयात पूर्ण करायचे असते.

ध्येय

कॅडेट्सना UPSC (NDA) लेखी प्रवेश परीक्षा, SSB मुलाखतीत यशस्वी होण्यासाठी तयार करणे आणि त्यांची शारीरिक आणि मानसिक क्षमता तयार करणे, जेणेकरून ते राष्ट्राची संपत्ती बनतील.

प्रवेश आणि पात्रता

केवळ महाराष्ट्रातील मुले या संस्थेत प्रवेशासाठी पात्र आहेत आणि म्हणून प्रवेशाच्या वेळी अधिवास/रहिवासी प्रमाणपत्र सादर करणे आवश्यक आहे.

SPI मध्ये प्रवेश हा स्पर्धात्मक लेखी परीक्षेद्वारे होतो आणि त्यानंतर मुलाखत घेतली जाते.

वयोमर्यादा, लिंग आणि वैवाहिक स्थिती

केवळअविवाहित पुरुष उमेदवार अर्ज करू शकतात. उमेदवाराचा जन्मदिनांक हा दरवर्षी प्रकाशित होणाऱ्या जाहिरातीमध्ये नमूद केलेल्या तारखांच्या मधील असावा.

शैक्षणिक पात्रता

इंग्रजी, भौतिकशास्त्र (PHYSICS), रसायनशास्त्र (CHEMISTRY) आणि गणित (MATHS) या विषयांसह दहावीत शिकणारे उमेदवार प्रवेशासाठी पात्र आहेत परंतु 10 वीच्या परीक्षेत त्याने किमान 60% गुण प्राप्त करणे आवश्यक आहे. तसेच सातवी, आठवी आणि नववी इयत्तेच्या परीक्षांमध्ये किमान 60% गुण असणे आवश्यक आहे.

शारीरिक मापदंड (PHYSICAL STANDARD)

a. उमेदवार खालील शारीरिक मापदंडात बसणे आवश्यक आहे.
    शारीरिक मापदंड:

    i.   उंची: 157 सेमी.

    ii. वजन: 43 किलो.

    iii. डोळ्यांची दृष्टी: सामान्य, रंगांधळेपणाशिवाय.

    iv. निवडलेल्या उमेदवारांना पात्र नोंदणीकृत वैद्यकीय अधिकाऱ्या द्वारे प्रमाणित केलेले "मेडिकल फिटनेस प्रमाणपत्र" प्रवेश घेताना सादर करावे लागेल.

अर्ज कसा करावा

आतातुम्ही SPI अर्ज फक्त ऑनलाइन सबमिट करू शकता "www.spiaurangabad.com" या वेबसाइटच्या मुख्यपृष्ठावरील "ऑनलाइन अर्ज फॉर्म" या टॅबवर क्लिक करा आणि सूचनांचे अनुसरण करा.

प्रवेश परीक्षा आणि तोंडी मुलाखत

प्रवेश परीक्षा आणि तोंडी मुलाखतीचे वेळापत्रक खालीलप्रमाणे असते:

(अ) प्रवेश परीक्षा

i. अर्ज प्राप्त झाल्यानंतर, पात्र उमेदवारांना दरवर्षी एप्रिल महिन्यात होणाऱ्या प्रवेश परीक्षेसाठी नागपूर, पुणे, कोल्हापूर आणि औरंगाबाद या पैकी एका केंद्रावर बोलावले जाईल. हॉल तिकिटात अचूक तारीख आणि ठिकाण सूचित केले जाईल.

ii. प्रवेश परीक्षेत, उमेदवाराला "वस्तुनिष्ठ प्रकार एकाधिक निवड प्रश्न" (MCQ) लेखी परीक्षेसाठी उपस्थित राहणे आवश्यक आहे. ही परीक्षा सामान्य ज्ञानासह महाराष्ट्र बोर्डाच्या दहावीच्या अभ्यासक्रमावर आधारित आहे. ही लेखी परीक्षा फक्त इंग्रजी भाषेत घेतली जाते. (मराठी माध्यमातील उमेदवारांनी, गणित आणि विज्ञानातील इंग्रजी संज्ञांशी परिचित असणे अपेक्षित आहे.)

(ब) तोंडी मुलाखत

लेखी परीक्षेत पात्र ठरलेल्या उमेदवारांची मुलाखत मंडळ/निवड समितीद्वारे घेतली जाते. मुलाखत सामान्य बुद्धिमत्ता, व्यक्तिमत्व चाचणी, उमेदवाराची सामान्य जागरूकता आणि चालू घडामोडींचे ज्ञान यावर आधारित आहे. मुलाखत इंग्रजीत घेतली जाते आणि उमेदवारांनी साध्या इंग्रजीत संवाद साधणे अपेक्षित आहे. लेखी परीक्षेनंतर एक/दोन दिवसात मुलाखती घेतल्या जातात.

प्रवेश परीक्षेचा अभ्यासक्रम

एसपीआय प्रवेश परीक्षा महाराष्ट्र मंडळाच्या/केंद्रीय माध्यमिक शिक्षण मंडळाच्या आठवी ते दहावीच्या अभ्यासक्रमावर आधारित आहे. परीक्षेसाठी तीन तासांचा कालावधी आहे. प्रत्येक योग्य उत्तरास (1) गुण दिल्या जातो तर चुकीच्या उत्तरासाठी (उणे ०.५) अर्ध गुण कमी केल्या जातो. परीक्षेसाठी विषयनिहाय गुणांचे वाटप आणि अभ्यासक्रम खाली दिल्या प्रमाणे आहे.

अनु. क्र.	विषय	प्रश्नांची संख्या	गुण वाटप
1	सामान्य क्षमता चाचणी (GAT) इंग्रजी विज्ञान सामान्य ज्ञान आणि चालू घडामोडी सोशल सायन्स/सोशल स्टडीज तर्कसंगतता	75	75
2	गणित	75	75
	एकूण	150	150

तपशीलवार अभ्यासक्रम

1. इंग्रजी

    a. स्पॉटिंग एरर्स

    b. वाक्य सुधारणा

    c. शब्दसंग्रहः- (i) समानार्थी शब्द (ii) विरुद्धार्थी शब्द

    d. आकलन

    e. शब्द निवडणे

    f. शब्द बांधणी

    g. वाक्याची पुनर्रचना

    h. म्हणी आणि वाक्प्रचार

2. गणित

    a. **अंकगणित:** निर्धारक, परिमेय संख्या आणि अभिव्यक्ती, संच आणि करणी, संख्या प्रणाली आणि अंकगणितिय श्रेणी. मसावि, लसावि, टक्केवारी, सरासरी, वेळ काम आणि अंतर, व्याज.

    b. **बीजगणित:** गुणोत्तर आणि प्रमाण, आलेख, दोन चलातील रेखीय समीकरणे, चतुर्भुज समीकरणे, अवयव पाडणे आणि सांख्यिकी.

c. **त्रिकोणमिती:** त्रिकोणमितीय गुणोत्तर, 0 ते 90 अंश कोनाचे त्रिकोणमितीय गुणोत्तर, उंची आणि अंतर.

d. **भूमिती:** समानता, पायथागोरस प्रमेय, वर्तुळ, जीवा आणि स्पर्शिका, वर्तुळाचे क्षेत्रफळ, भूमितीय रचना, क्षेत्रफळ, पृष्ठभाग क्षेत्रफळ आणि खंड संगणन.

3. विज्ञान

a. भौतिकशास्त्र

घटकांचेवर्गीकरण, इलेक्ट्रोलिसिस आणि इलेक्ट्रोलाइटिकपेशी, वीज, विद्युतप्रवाह, उर्जेचेस्रोत, यांत्रिककार्य आणि ऊर्जा, उर्जा, ध्वनी, इंधन, उष्णता, प्रकाश, आधुनिक भौतिकशास्त्र आणि जैव-तंत्रज्ञान.

b. रसायनशास्त्र

वातावरण, पाणी, फॉस्फरस, सल्फर, हायड्रोजन, सल्फर-डाय-ऑक्साइड, धातू आणि नॉन-मेटल्स, संयुगे, कार्बन आणि कार्बनसंयुगे.

c. सामान्यविज्ञान

अन्नपदार्थ, अन्नातील पोषकतत्वे आणि त्यांची होणारी हानी, मानवी विज्ञान आरोग्य आणि रोग, स्वच्छता, बायोस्फियर, बायो-जिओ आणि बायोलॉजी केमिकल सायकल्स, टाकाऊ पदार्थांचे पुनर्वापर आणि अवकाश संशोधन.

4. इतिहास

पहिले आणि दुसरे महायुद्ध, भारतातील ब्रिटिश सत्ता, सामाजिक पुनर्जागरण, जनआंदोलनांचा उदय, सविनय कायदेभंग आणि भारत छोडो चळवळ, स्वातंत्र्य आणि स्वातंत्र्यानंतरचा भारत, केंद्रीय कायदेमंडळ, कार्यकारी आणि न्यायपालिका. स्थानिक सरकारे, पंचायत राज, भारतीय लोकशाही आणि त्याचे परराष्ट्र धोरण.

5. भूगोल

भारत-स्थान, भौतिक विभाग, हवामान, खनिज, ऊर्जा आणि प्राणी संसाधने, वाहतूक आणि दळणवळण, व्यापार आणि लोकसंख्या.

6. अर्थशास्त्र

भारतीय उद्योगांचा आर्थिक विकास, आर्थिक विकासातील राज्याची भूमिका, परकीय व्यापार, आर्थिक नियोजन आणि ग्राहक संरक्षण

7. सामान्यज्ञान आणि चालू घडामोडी

भारत, महाराष्ट्र आणि इतर राज्यांशी संबंधित, क्रीडा, संरक्षण, राजकारण इ.

लेखी परीक्षा आणि मुलाखत नागपूर, पुणे, कोल्हापूर आणि औरंगाबाद येथे दहावीची बोर्डाची परीक्षा संपताच चार रविवारी स्वतंत्रपणे घेण्यात येतील.

वरील प्रत्येक परीक्षेतील गुणांवर आधारित गुणवत्ता यादी तयार केली जाते आणि उमेदवारांच्या योग्यतेनुसार आणि उपलब्ध जागांनुसार उमेदवारांना प्रवेश साठीच्या सूचना पाठवल्या जातात.

SPI येथे प्रशिक्षण

बोर्डाच्या परीक्षांची तयारी

औरंगाबाद (संभाजीनगर) येथील शाळा/कनिष्ठ महाविद्यालयात कॅडेट्सना प्रवेश दिला जातो, जिथे ते विज्ञान शाखेत अकरावी आणि बारावीच्या वर्गात शिकतात.

UPSC (NDA) प्रवेश परीक्षा आणि SSB मुलाखत

UPSC (NDA) प्रवेशाच्या विषयांसाठी एक विशेष कोचिंग अनुभवी प्राध्यापकांद्वारे कॅडेट्सना परीक्षेआधी दिली जाते. कॉलेजच्या वेळेनंतर, त्यांची इंग्रजीमधील अभिव्यक्ती सुधारण्यावरही भर दिला जातो. व्याख्याने आयोजित करून त्यांच्या कडून स्व-अभिव्यक्तीचा सराव करून घेतला जातो.

वादविवाद, प्रश्नमंजुषा स्पर्धा, गट चर्चा आणि मैदानी सहल या प्रकारे अभ्यासक्रमाची रचनाच अशी आहे की कॅडेट्स SSB मुलाखतीला सामोरे जाण्यासाठी आपोआप तयार होतात.

NDAमध्ये प्रवेश मिळण्यासाठी किमान शैक्षणिक पात्रता बारावी उत्तीर्ण आहे. प्रत्येक कॅडेटला UPSC (NDA) प्रवेश परिक्षा देण्यासाठी तो एसपीआयला बारावी इयत्तेत असताना किमान दोन संधी मिळतात (ऑगस्ट आणि एप्रिलमध्ये).

शारीरिक प्रशिक्षण आणि खेळ

सर्व कॅडेट्सना सकाळी 45 मिनिटे शारीरिक प्रशिक्षण आणि संध्याकाळी 60 मिनिटे खेळांमध्ये सहभागी व्हावे लागते. एसपीआय फूट बॉल, व्हॉली बॉल, बास्केट बॉल, हॉकी, ॲथलेटिक्स, क्रॉस कंट्री, बॉक्सिंग आणि अडथळ्यांच्या शर्यतीसाठी सुविधा पुरवते.

नित्यक्रम (Daily Routine)

अनु. क्र.	वेळ (पासून)	वेळ (पर्यंत)	घटना
1	5.30 वा.		सकाळचा बिगुल
2	5.45 वा.		सकाळचा चहा
3	6.00	6.45	पीटी/ड्रिल
4	6.45	7.15	दूध आणि पाव
5	7.15	7.55	विद्यार्थी असेम्ब्ली
6	8.00	9.30	SPI तास (पहिला)
7	9.35	10.00	सकाळचे जेवण
8	10.30	16.15	कॉलेज क्लासेस
9	16.30	17.00	चहा आणि नाश्ता
10	17.00	18.00	खेळ
11	18.50	19.00	हजेरी
12	19.00	20.00	SPI तास (दुसरा)
13	20.00	21.00	SPI तास (तिसरा)
14	21.05	21.30	रात्रीचे जेवण
15	21.30	23.00	स्वतःचा अभ्यास
16	23.00		दिवस अखेर (दिवे बंद)

वरील नित्यक्रमाच्या सुरळीत कामकाजावर लक्ष ठेवण्यासाठी आणि कॅडेट्सना व्यवस्थापनाचा अनुभव देण्यासाठी, त्यांना रोटेशनच्या आधारावर वेगवेगळ्या नियुक्त्या दिल्या जातात, उदा. कॅडेट कॅप्टन, कॅडेट क्वार्टर मास्टर, कोर्स कमांडर इ.

खर्च: उमेदवाराने करावा लागणारा सामान्य मासिक खर्च रु. 1100/- आहे. शासनाकडून रु. 400/-प्रति महिना स्टायपेंडद्वारे मदत देखील दिली जाते. वरील खर्चमध्ये स्थानिक महाविद्यालयीन शिक्षण शुल्क आणि इतर प्रासंगिक खर्च वगळले जातात.

प्रोत्साहन: सरकार, मुलांना संरक्षण दलात सामील होण्यासाठी, प्रवृत्त करण्यासाठी प्रोत्साहन म्हणून खर्चाचा काही भाग म्हणजे रु. 9600/- (2 वर्षांसाठी 400 रुपये प्रति महिना) कॅडेट संरक्षण दलात सामील झाल्या नंतर परतावा स्वरूपात देते. मात्र, जे प्रवेशानंतर प्रशिक्षण अर्धवट सोडून जातात त्याना ठेव रक्कम तसेच सहा महिन्यांचे मेसचे खर्च आणि इतर प्रासंगिक खर्च या वर पाणी सोडावे लागते. मोठया संख्येने मुलांना NDA साठी प्रवेश मिळवून देण्याबाबत SPI या संस्थेचा नावलौकिक आहे.

राष्ट्रीय संरक्षण अकादमी (NDA)

परिचय

राष्ट्रीय संरक्षण अकादमी (NDA) ही भारतीय सैन्य दलांची एक संयुक्त सेवा अकादमी आहे, जिथे लष्कर, नौदल आणि हवाई दल या तिन्ही सेवांचे कॅडेट त्यांच्या संबंधित सेवा अकादमींमध्ये प्री-कमिशनिंग प्रशिक्षणाला जाण्यापूर्वी एकत्र प्रशिक्षण घेतात. एनडीए महाराष्ट्रातील पुण्याजवळील खडकवासला येथे आहे. ही जगातील पहिली ट्राय-सर्व्हिस अकादमी आहे आणि जगातील सर्वोत्कृष्ट अकादमी मध्ये गणली जाते.

UPSC वर्षातून दोनदा एप्रिल आणि सप्टेंबरमध्ये प्रवेश परीक्षा आयोजित करते जी NDA 1 आणि NDA 2 म्हणून ओळखली जाते, NDA आणि नेव्हल अकादमीच्या आर्मी, नेव्ही आणि एअर फोर्स विंगमध्ये प्रवेश घेण्यासाठी जानेवारी आणि जुलैमध्ये सुरू होणाऱ्या प्रशिक्षण अभ्यासक्रमांसाठी ही परीक्षा घेतली जाते. वरील अभ्यासक्रमासाठी UPSC द्वारे घेतलेल्या लेखी परीक्षेच्या निकालाच्या आधारे आणि त्यानंतर सेवा निवड मंडळाद्वारे बुद्धिमत्ता आणि व्यक्तिमत्व चाचणीच्या आधारे प्रवेश दिला जातो.

लष्कर, नौदल आणि हवाई दल या तीन सेवांसाठी निवडलेल्या उमेदवारांना राष्ट्रीय संरक्षण अकादमी-ही एक आंतर-सेवा संस्था आहे येथे 3 वर्षांच्या कालावधीसाठी शैक्षणिक आणि शारीरिक दोन्ही प्रकारचे प्राथमिक प्रशिक्षण दिले जाते. पहिल्या अडीच वर्षातील प्रशिक्षण तीन विंगच्या कॅडेट्ससाठी सामान्य आहे. उत्तीर्ण झालेल्या कॅडेट्सना B.Sc./B.Sc. (संगणक)/बीए ची दिल्लीच्या जवाहरलाल नेहरू विद्यापीठाची पदवी प्रदान केली जाते.

नॅशनल डिफेन्स अकादमीमधून उत्तीर्ण झाल्यावर, आर्मी कॅडेट्सना इंडियन मिलिटरी अकादमी, डेहराडून, नेव्हल कॅडेट्सना इंडियन नेव्हल अकादमी, एझिमाला आणि एअर फोर्स कॅडेट्सना एअर फोर्स अकादमी, हैदराबाद येथे प्रवेश दिला जातो.

I.M.A. आर्मीमध्ये कॅडेट्स यांना जेंटलमेन कॅडेट्स म्हणून ओळखले जातात. एक वर्षाच्या कालावधीसाठी त्यांना कठोर लष्करी प्रशिक्षण दिले जाते आणि प्रशिक्षण यशस्वीरित्या पूर्ण केल्या वर त्यांना लेफ्टनंट पदावर कायमस्वरूपी नियुक्ती दिली जाते.

राष्ट्रीय संरक्षण प्रबोधिनीतून उत्तीर्ण झाल्यावर नौदल कॅडेट्सची नौदलाच्या कार्यकारी शाखेसाठी निवड केली जाते, त्या नंतर त्यांना भारतीय नौदल अकादमी, एझिमाला येथे एक वर्षाच्या कालावधीसाठी प्रशिक्षण दिले जाते. हे प्रशिक्षण यशस्वीरित्या पूर्ण केल्यावर त्यांना सब-लेफ्टनंट पदावर पदोन्नती दिली जाते.

हवाई दलाच्या कॅडेट्सना दीड वर्षांच्या कालावधीसाठी उड्डाणाचे प्रशिक्षण मिळते. तथापि, प्रशिक्षणाच्या 1 वर्षाच्या शेवटी त्यांना फ्लाइंग ऑफिसरच्या पदाकरिता हंगामी नेमणूक दिली जाते. पुढील सहा महिन्यांचे प्रशिक्षण यशस्वीरित्या पूर्ण केल्यानंतर त्यांना एक वर्षासाठी प्रोबेशन वर नियुक्त केल्या जाते. प्रोबेशन कालावधी संपल्या नंतर त्यांना कायम स्वरूपी नेमणूक मिळते.

ग्रॅज्युएशन डिग्री प्रदान करण्याव्यतिरिक्त, एनडीएकडे व्यावसायिक प्रशिक्षणासाठी सर्वोत्तम पायाभूत सुविधा आहेत. तुम्हाला तुमचे व्यक्तिमत्व विकसित करण्याच्या आणि नवीन आवड निर्माण करण्याच्या अभूतपूर्व संधी येथे मिळतील.

पात्रता

(a) वयोमर्यादा, लिंग आणि वैवाहिक स्थिती:

केवळ अविवाहित पुरुष/महिला उमेदवार ज्यांचे वय किमान 16 1/2 वर्षे आहे आणि परीक्षेच्या वर्षानंतरच्या येणाऱ्या 1 जानेवारी किंवा 1 जुलै रोजी पर्यंत त्याने वयाची 19 वर्षे पूर्ण केलेली नसावीत.

(b) शैक्षणिक पात्रता:

1. **राष्ट्रीय संरक्षण प्रबोधिनीच्या आर्मी विंगसाठी:** उमेदवार राज्य शिक्षण मंडळ किंवा विद्यापीठाद्वारे आयोजित शालेय शिक्षण किंवा समतुल्य परीक्षेचा 12 वी पास (10 + 2) असणे आवश्यक आहे.

2. **राष्ट्रीय संरक्षण प्रबोधिनीच्या हवाई दल आणि नौदल विंगसाठी आणि नौदल अकादमी च्या 10+2 (कार्यकारी शाखा) अभ्यासक्रमासाठी:**उमेदवार हा शिक्षण किंवा समकक्ष राज्य शिक्षण मंडळ किंवा विद्यापीठाद्वारे शाळेच्या 10+2 पॅटर्नचे भौतिकशास्त्र आणि गणित विषय घेऊन 12वी इयत्ता प्रवेशित/उत्तीर्ण असावा.

जे उमेदवार यापूर्वी **INSB/PABT** नापास झाले आहेत ते हवाई दलात प्रवेशासाठी पात्र नाहीत.

(c) शारीरिक मापदंड:जाहिरातीत दिलेल्या मार्गदर्शक तत्त्वांनुसार राष्ट्रीय संरक्षण अकादमी आणि नौदल अकादमी परीक्षेत प्रवेश घेण्यासाठी उमेदवार शारीरिक मापदंडानुसार शारीरिकदृष्ट्या तंदुरुस्त असणे आवश्यक आहे.

पुरुष: किमान आवश्यक पात्रता उंची 157.5 सेमी आहे (वायुसेना उड्डाण शाखेसाठी 163 सेमी)

महिला: किमान आवश्यक पात्रता उंची 152 सेमी आहे (वायुसेना उड्डाण शाखेसाठी 163 सेमी)

सुचना: "www.upsc.gov.in" या वेबसाइटवर अर्ज फक्त ऑनलाइन स्वीकारले जातील. इच्छूकांनी या वेबसाइटचा आणि अभ्यासक्रमाशी संबंधित अधिक तपशीलांसाठी विशिष्ट परीक्षेच्या सूचनांचा वापर करणे अपेक्षित आहे.

d) रिक्त जागा: परीक्षेच्या निकालावर आधारित भरल्या जाणाऱ्या रिक्त पदांची अंदाजे संख्या खालीलप्रमाणे असते:-

राष्ट्रीय संरक्षण अकादमी	सैन्य	**208** (महिला उमेदवारांसाठी 10 जागा धरून)
	नौदल	**42** (महिला उमेदवारांसाठी 03 जागा धरून)
	हवाई दल	(i) फ्लाइंग – 92 (महिला उमेदवारांसाठी 02 जागा धरून) (ii) ग्राउंड ड्युटी (tech) – 18 (महिला उमेदवारांसाठी 02 जागा धरून) (iii) ग्राउंड ड्युटी (non -tech) – 10 (महिला उमेदवारांसाठी 02 जागा धरून)

नेव्हल अकादमी (१०+२ कॅडेट प्रवेश योजना)		30 (केवळ पुरुष उमेदवारांसाठी)
एकूण:-		**400**

टीप:- रिक्त जागा तात्पुरत्या आहेत आणि राष्ट्रीय संरक्षण अकादमी आणि भारतीय नौदल अकादमीच्या प्रशिक्षण क्षमतेच्या उपलब्धतेनुसार बदलल्या जाऊ शकतात.

सुचना: "अर्ज www.upsc.gov.in" यावेबसाइटवर फक्त ऑनलाइन स्वीकारले जातील. इच्छूकांनी या वेबसाइटचा आणि अभ्यासक्रमाशी संबंधित अधिक तपशीलांसाठी विशिष्ट परीक्षेच्या सूचनांचा वापर करणे अपेक्षित आहे.

परीक्षेची पद्धती

क्र.	पेपर	विषय	गुण
1	I	गणित	(300)
2	II	सामान्य क्षमता चाचणी आणि इंग्रजी	(600)
3	पार्ट A	इंग्रजी	(200)
4	पार्ट B	सामान्यज्ञान	(400)
5		भौतिकशास्त्र	100
6		रसायनशास्त्र	60
7		सामान्यविज्ञान	40
8		इतिहास	80
9		भूगोल	80
10		चालूघडामोडी	40

निवड प्रक्रिया

UPSC प्रवेश परीक्षा घेते.

↓

UPSC अशा उमेदवारांची यादी तयार करते ज्यांना त्यांनी निश्चित केल्यानुसार लेखी परीक्षेत किमान पात्रता गुण प्राप्त होतात. अशा उमेदवारांना मुलाखत आणि व्यक्तिमत्व चाचणीसाठी सेवा निवड मंडळासमोर (एसएसबी) उपस्थित राहणे आवश्यक आहे.

अंतिम गुणवत्ता यादी UPSC द्वारे लेखी परीक्षा आणि SSB मुलाखतीतील गुणांवर आधारित तयार केली जाते.

लष्कर, नौदल आणि हवाई या तीन सेवांसाठी निवडलेल्या उमेदवारांना शैक्षणिक आणि शारीरिक अशा दोन्ही प्रकारचे प्राथमिक प्रशिक्षण राष्ट्रीय संरक्षण अकादमीमध्ये 3 वर्षांच्या कालावधीसाठी दिले जाते.

सुरुवातीला नमूद केल्या प्रमाणे एनडीएमध्ये यशस्वी प्रशिक्षण पूर्ण केल्यानंतर आणि त्या नंतरचे एक वर्ष लष्करी प्रशिक्षण पूर्ण केल्या नंतर लष्करात लेफ्टनंट म्हणून, नौदलात मिडशिपमन म्हणून आणि हवाई दलात फ्लाइंग ऑफिसर म्हणून कॅडेट्सना नेमणूक दिली जाते.

खालील तक्त्यामध्ये UPSC द्वारे जारी अधिकृत NDA परीक्षेचे कट ऑफ गुण दर्शविले आहेत. तसेच लेखी परीक्षेतील अधिकृत किमान पात्रता आणि शेवटी शिफारस केल्या जाणाऱ्या उमेदवाराने परीक्षेच्या अंतिम टप्प्यावर मिळविलेले मार्क्स दिले आहेत.

अनु. क्र.	परीक्षेचे वर्ष	लेखी परीक्षेच्या टप्प्यावर मंजूर किमान पात्रता मानक (900 गुणांपैकी)	अंतिम शिफारस केलेले उमेदवार (1800 पैकी)
1	2014 (I)	360 (प्रत्येक विषयात 35% गुण)	722
2	2014 (II)	283 (प्रत्येक विषयात 30% गुण)	656
3	2015 (I)	306 (प्रत्येक विषयात 30% गुण)	674

अनु. क्र.	परीक्षेचे वर्ष	लेखी परीक्षेच्या टप्प्यावर मंजूर किमान पात्रता मानक (900 गुणांपैकी)	अंतिम शिफारस केलेले उमेदवार (1800 पैकी)
4	2015 (II)	269 (प्रत्येक विषयात 25% गुण)	637
5	2016 (I)	288 (प्रत्येक विषयात 25% गुण)	656
6	2016 (II)	229 (प्रत्येक विषयात 20% गुण)	602
7	2017 (I)	342 (प्रत्येक विषयात 25% गुण)	705
8	2017 (II)	258 (प्रत्येक विषयात 25% गुण)	624
9	2018 (I)	338 (प्रत्येक विषयात 25% गुण)	705

पेपरनिहाय एनडीए परीक्षेतील कट ऑफ गुण

एनडीए पेपर 1: गणित

पेपरनिहाय कट ऑफ 30%आहे. गणित 300 गुणांचे आहे; म्हणून गणितासाठी कट ऑफ मार्क्स 90 आहेत.

एनडीए पेपर 2: सामान्य क्षमता

सामान्य क्षमता चाचणी 600 गुणांची असते, त्यामुळे 30% गुण म्हणजेच 180 गुण असतात.

असे बरेच विद्यार्थी आहेत ज्यांना 350 पेक्षा जास्त गुण मिळाले आहेत परंतु तरीही ते अनुत्तीर्ण होतात कारण ते एक पेपर खरोखर चांगला सोडवतात परंतु दुसऱ्या पेपरमध्ये चांगले गुण मिळवीत नाहीत. पेपर 2 हा 600 गुणांचा आहे, त्यामुळे यात विद्यार्थ्याने 400 गुण मिळविलेले असू शकतात, जे एकूण 350 कट ऑफ मार्क्सपिक्षा जास्त आहेत, परंतु जर त्याला गणिताच्या पेपर 1 मध्ये फक्त 50 गुण मिळाले, तर तो 450 गुण मिळवून देखील नापास होईल कारण त्याला पेपर मधील कट ऑफ गुण मिळवता आले नाहीत.

त्यामुळे दोन्ही पेपरमध्ये चांगले गुण मिळविणे अत्यावश्यक आहे. विद्यार्थी एकूण कट ऑफ मार्क्स वाढण्यासाठी पेपर 2 मध्ये चांगले गुण मिळवू शकतात जो 600 गुणांचा आहे परंतु गणिताचा पुरेसा सराव केला पाहिजे जेणेकरून ते गणित विषयासाठी असलेल्या पेपरनिहाय कट ऑफचे गुण मिळवू शकतील.

विद्यार्थ्यांनी हे लक्षात ठेवावे की कट ऑफ गुण दरवर्षी बदलतात परंतु फारसे बदलत नाहीत आणि वरील दिलेले कट ऑफ गुण पुढील एनडीए परीक्षेत काय अपेक्षित असेल याचे चांगले सूचक आहेत, एकूण गुणांची कट ऑफ मार्क्स ची टक्केवारी क्वचितच 40% च्या वर जाते आणि पेपरनिहाय 30% वर स्थिर राहते. NDA परीक्षा उत्तीर्ण होण्यासाठी 3 ते 4 महिने नियमित आणि विशिष्ट सराव आवश्यक आहे.

तयारीसाठी टिपा

कोणत्याही परीक्षेत यश मिळवण्यासाठी काही मूलभूत नियम सर्व परीक्षांसाठी समान असतात आणि प्रत्येक परीक्षेसाठी काही विशिष्ट तयारी करणे आवश्यक असते.

तयारीसाठी मूलभूत तत्त्वे

तुमच्या मनावर मिळविलेले ज्ञान कोरल्या जाणे आवश्यक आहे कारण तुम्हाला ह्या ज्ञानाचा परीक्षेत फक्त पुनर्वापर करायचा आहे. शाळा/कोचिंग क्लास/डिजिटल माध्यमांमधून शिकवणे (सूचना) या तुम्हाला ज्ञान देण्याच्या पद्धती आहेत पण त्याहूनही महत्त्वाचे म्हणजे तुम्ही किती ज्ञान मिळवले आहे (तुमच्या मनावर ते ज्ञान कोरल्या गेले आहे) आणि त्यासाठी तुमचे प्रयत्न महत्त्वाचे असतील. फक्त स्मरणात ठेवणे हे टिकाऊ नसते. तुम्ही प्रत्येक विषय समजून घेण्याचा प्रयत्न केल्यास शिकलेले कायम टिकते. वस्तुनिष्ठ परीक्षेत शिकण्यासाठी कोणताही शॉर्टकट नसतो.

शाळा/कॉलेज मध्ये शिकवल्यानंतर तुम्ही कोचिंग क्लासला गेलात, तर तुम्ही शिकवण्याच्या एका पद्धतीमधून पुन्हा शिकवण्याच्याच दुसऱ्या पद्धतीमध्ये गेला आहात परंतु आवश्यक हे आहे कि तुम्ही घेतलेले ज्ञान आता शिकून तुमच्या मनामध्ये उतरवणे आवश्यक आहे कारण मनावर कोरल्या गेलेल्या ज्ञानाचाच परीक्षेत पुनर्वापर करणे शक्य आहे. तुमच्या कडे पुरेसा वेळ असल्यास कोचिंग तुम्ही घेतलेले ज्ञान पक्के करण्यास मदत करू शकेल पण जर वेळेचा अभाव असेल तर तुम्ही वेळेचे योग्य व्यवस्थापन करणे आवश्यक आहे. त्या साठी शिकलेल्या गोष्टींचा स्व-सराव करणेच योग्य ठरेल.

1. **तुमचे ध्येय समजून घ्या** - कृपया एनडीएच्या परीक्षेच्या अंदाजित तारखा समजून घ्या आणि अभ्यासक्रमानुसार तुमचे साप्ताहिक वेळापत्रक तयार करा. प्रत्येक विषय कव्हर करण्यासाठी तुम्हाला प्रत्येक विषयात प्रभुत्व मिळवावे लागेल. त्या

साठी परीक्षेच्या दोन महिने आधी पासूनच टप्प्याटप्प्याने प्रत्येक विषयाचा सराव सुरु करा. कृपया परीक्षेचा पॅटर्नही समजून घ्या. मागील वर्षांच्या परीक्षेचे विश्लेषण केल्यास आणि वर्षनिहाय कट ऑफ लक्षात घेतल्यास तुमच्या कामगिरीचा बेंचमार्क ठरविणे सोपे जाईल. तुमचा बहुतेक अभ्यासक्रम सीबीएसईच्या 11वी आणि 12वी वर्गासारखाच असेल.

2. **टाइमलाइन तयार करा** - तुमचा एनडीए आणि शालेय अभ्यासक्रम सारखाच आहे. त्यामुळे11वीत असतानाच एनडीएचा अभ्यास सुरू केल्यास फायदेशीर ठरू शकते. तुमच्या शाळेच्या वेळापत्रकासह आठवड्यानुसार एनडीए अभ्यासाचे वेळापत्रक ठरवून घ्या.

3. **दैनंदिन पावले**

- शाळा/महाविद्यालयात किंवा कोचिंग चालू असताना वर्गात लक्ष केंद्रित करा. तुमच्या अभ्यासक्रमाच्या व्याप्तीनुसार दररोज/साप्ताहिक स्व-चाचण्या ठरवून तुम्ही मिळवलेल्या ज्ञानाचे विषयवार/विषयनिहाय किंवा कीवर्डनुसार पुनरावलोकन करून स्वतःचे मूल्यांकन करा.

- स्वतःच्या चाचणी परिणामांचे काळजीपूर्वक विश्लेषण करा. या वेळेस चाचणी प्रश्न सोडवताना तुमच्याकडून काही क्षुल्लक चुका झाल्या असतील तर पुढील वेळी त्या टाळण्याचा प्रयत्न करा.

- विषयाचा अभ्यास पूर्ण झाल्यानंतर तुम्ही मॉक टेस्टचे अनुकरण करू शकता. चाचणीमधील एनडीएच्या चाचणी पद्धतींमधून जुने पेपर आणि अधिकच्या चाचण्या तुम्ही सोडवून पाहू शकता.

- या चाचण्या परीक्षा सदृश्य वातावरण निर्मिती करीत असल्यामुळे तुम्हाला तुमच्या ज्ञानाच्या खोलीचा, लिखाणाच्या वेगाचा आणि अचूकतेचा अंदाज येईल. या व्यतिरिक्त तुम्ही तुमची चाचणी मधील कामगिरी मागील वर्षाच्या निकालाबरोबर पडताळून पाहू शकाल आणि स्वतःच्या परीक्षेबाबतच्या तयारीच्या पातळीचा संपूर्ण अंदाज घेऊ शकाल.

संयुक्त संरक्षण सेवा परीक्षा (CDSE)

इंडियन मिलिटरी अकादमी, डेहराडूनमध्ये (IMA). नौदल अकादमी, गोवा (NA) एअर फोर्स अकादमी, हैदराबाद आणि ऑफिसर्स ट्रेनिंग अकादमी, चेन्नई (OTA) येथे मुलांसाठी थेट प्रवेशासाठी आणि ऑफिसर्स ट्रेनिंग अकादमी, चेन्नई येथे मुलींसाठी (महिला अ-तांत्रिक प्रवेश) थेट प्रवेशासाठी केंद्रीय लोकसेवा आयोग (UPSC) द्वारे वर्षातून दोनदा "संयुक्त संरक्षण सेवा" परीक्षा घेतली जाते. यशस्वी उमेदवारांना IMA/NA/AFA मध्ये दीड वर्षाचे प्रशिक्षण दिले जाते आणि मुलींसाठी OTA मध्ये 1 वर्षाचे प्रशिक्षण दिले जाते. यशस्वी प्रशिक्षणानंतर त्यांना कायमस्वरूपी कमिशन दिले जाते. OTA मधून उत्तीर्ण झालेल्यांना शॉर्ट सर्विस (5-7 वर्षे) मध्ये नेमणूक दिली जाते. त्यांची इच्छा असल्यास त्यांना कायमस्वरूपी आयोग अधिकारी म्हणून सामावून घेण्याची संधी मिळू शकते.

लेखी परीक्षेत यशस्वी झालेल्या उमेदवारांना सेवा निवड मंडळाद्वारे मुलाखतीसाठी बोलावले जाते जे भारतीय सैन्यदलातील करिअरसाठी उमेदवाराच्या योग्यतेचे मूल्यांकन करते. SSB मुलाखत अंदाजे एक आठवडा चालते, ज्या दरम्यान उमेदवारांमध्ये अधिकारी होण्यासाठीच्या विविध क्षमता आहेत किंवा नाही हे तपासल्या जाते. या साठी उमेदवाराच्या विविध शारीरिक आणि मानसिक चाचण्या घेतल्या जातात. SSB द्वारे निवड झालेल्या उमेदवारांना शेवटी वर नमूद केलेल्या अकादमींमध्ये प्रवेश दिला जातो आणि प्रशिक्षण यशस्वीरित्या पूर्ण केल्यानंतर, त्यांना सैन्यदलात नेमणूक दिली जाते.

अभ्यासक्रमांचे नाव आणि रिक्त पदांची संख्या (अंदाजे)

1. **इंडियन मिलिटरी अकादमी (डेहराडून):** 200-220 (या पैकी NCC 'C' प्रमाणपत्र आर्मी विंग धारकासाठी 25 रिक्त जागा राखीव आहेत).

2. **इंडियन नेव्हल अकादमी (एझिमाला):** 45-55 (या पैकी NCC 'C' प्रमाणपत्र धारक नौदल विंगसाठी 06 रिक्त पदे राखीव आहेत).

3. **वायुसेना अकादमी (हैदराबाद):** 32-40

4. **ऑफिसर ट्रेनिंग अकादमी (चेन्नई) पुरुषांसाठी:** 175-185

5. **ऑफिसर ट्रेनिंग अकादमी (चेन्नई) SSC महिला अ-तांत्रिक:** 12-20

परीक्षेचा तपशील खालीलप्रमाणे आहे

जाहिरात: परीक्षेची अधिसूचना सहसा ऑक्टोबर आणि जून महिन्यात प्रसिद्ध केली जाते आणि अनुक्रमे फेब्रुवारी आणि नोव्हेंबर मध्ये परीक्षा आयोजित केल्या जातात. केवळ अविवाहित पदवीधरच ही परीक्षा देण्यासाठी पात्र आहेत.

पात्रता निकष

- इंडियन मिलिटरी अकादमी/अधिकारी प्रशिक्षण अकादमीसाठी: मान्यताप्राप्त विद्यापीठातून पदवी किंवा समकक्ष शिक्षण

- नौदल अकादमीसाठी: मान्यताप्राप्त विद्यापीठ/संस्थे मधून अभियांत्रिकीची पदवी

- हवाई दल अकादमीसाठी: मान्यताप्राप्त विद्यापीठाची पदवी (10+2 स्तरावर भौतिकशास्त्र आणि गणितासह) किंवा बॅचलर ऑफ अभियांत्रिकी.

वयोमर्यादा: परीक्षेसाठीचे वय

परीक्षा	वय
इंडियनमिलिटरीअकादमी	19-24
नेव्हीअकादमी	19-22
वायुसेनाअकादमी	19-23
अधिकारीप्रशिक्षणअकादमी	19-25

शारीरिक मापदण्ड

उमेदवाराचे शारीरिक आणि मानसिक आरोग्य सुदृढ असणे आवश्यक आहे आणि तो असे आजार/अपंगत्व जे कर्तव्याच्या कार्यक्षम कामगिरीमध्ये व्यत्यय आणण्याची शक्यता आहे त्यापासून मुक्त असणे आवश्यक आहे.

गोरखा आणि भारतातील ईशान्येकडील टेकड्यांमधील व्यक्तींसाठी तसेच गढवाली आणि कुमाऊँ प्रदेशातील व्यक्तिसाठी किमान स्वीकार्य उंची 5 सेमी कमी असेल. लक्षद्वीपमधील उमेदवारांच्या बाबतीत किमान स्वीकार्य उंची 2 सेमी पर्यंत कमी केली जाऊ शकते.

परीक्षा	पुरुष (उंची) सेमी	स्त्री (उंची) सेमी
भारतीय लष्करी अकादमी	157.5	152
नेव्ही अकादमी	157	152
वायुसेना अकादमी	162.5	152
ऑफिसर्स ट्रेनिंग अकादमी	157.5	152

सुचनाः "www.upsc.gov.in" या वेबसाइटवर अर्ज फक्त ऑनलाइन स्वीकारले जातील.

इच्छुकांनी अभ्यासक्रम, वेतनश्रेणी इत्यादींशी संबंधित अधिक तपशीलांसाठी ही वेबसाइट आणि विशिष्ट परीक्षेच्या सूचनांचा वापर करणे अपेक्षित आहे.

A. परीक्षेची योजना

1. स्पर्धा परीक्षेत खालील गोष्टींचा समावेश होतो:

   a. **भाग I** (लेखी परीक्षा), **भाग II** (बुद्धीमत्ता आणि व्यक्तिमत्व चाचणीसाठी मुलाखत).

2. लेखी परीक्षेचे विषय, दिलेला वेळ आणि प्रत्येक विषयाला दिलेले जास्तीत जास्त गुण खालीलप्रमाणे असतील.

   a. **इंडियन मिलिटरी अकादमी/नेव्हल अकादमी/एअर फोर्स अकादमीमध्ये प्रवेशासाठी.**

विषय	मार्क्स	कालावधी
इंग्रजी	100	2 तास
सामान्य ज्ञान	100	2 तास
प्राथमिक गणित	100	2 तास
एकूण	300	

b. **ऑफिसर्स ट्रेनिंग अकादमीमध्ये प्रवेशासाठीः-**

विषय	मार्क्स	कालावधी
इंग्रजी	100	2 तास
सामान्य ज्ञान	100	2 तास
एकूण	200	

प्रत्येक विषयाचे वर्षनिहाय प्रश्नांचे वितरण खालीलप्रमाणे आहे.

विषय	प्रश्न प्रकार	2016 – Sept.	2016- Feb	2017- Sept	2017- Feb	2018- Sept	2018- Feb
इंग्रजी	आकलन	15	15	29	29	27	27
	वाक्य पुनर्रचना	20	20	20	20	20	20
	समानार्थी शब्द आणि विरुद्धार्थी शब्द	20+20	20+20	20+20	20+20	20+20	20+20
	स्पॉटिंग एरर	25	25	17	17	19	19
	आज्ञाधारी वाक्य	22	22	14	14	14	14
सामान्य ज्ञान	चालू घडामोडी	30	30	35	35	33	33
	भारतीय इतिहास	19	19	14	14	14	14
	भूगोल	18	18	18	18	20	20
	राजकारण	15	15	15	15	15	15
	अर्थव्यवस्था	08	08	08	08	04	04
	सामान्य विज्ञान	30	30	30	30	34	34

विषय	प्रश्न प्रकार	2016 – Sept.	2016- Feb	2017- Sept	2017- Feb	2018- Sept	2018- Feb
प्राथमिक गणित	बीजगणित	10	10	10	10	10	10
	अंकगणित	25	25	28	28	26	26
	क्षेत्रमापन	19	19	16	16	18	18
	भूमिती	15	15	16	16	17	17
	त्रिकोणमिती	18	18	16	16	17	17
	लॉगरिदम	05	05	05	05	02	02
	सांख्यिकी	08	08	08	08	11	11

तपशीलवार अभ्यासक्रमासाठी कृपया NDA अधिसूचना अभ्यासा.

इंग्रजी: 2 तासांसह 120 प्रश्नांचा हा CDSE मधील सर्वात सोपा भाग आहे. ज्याचे इंग्रजीचे ज्ञान सरासरीपेक्षा जास्त आहे असा उमेदवार या भागात जास्तीत जास्त गुण मिळवू शकतो.

उमेदवाराने या भागामध्ये जास्तीत जास्त गुण मिळवण्याचा नेहमी प्रयत्न केला पाहिजे कारण इतरांशी तुलना करता हा भाग कमी अवघड आहे.

सामान्य ज्ञान: या भागात 2 तासांच्या कालावधी साठी 120 प्रश्न आहेत.

बहुतेक उमेदवारांसाठी हा सर्वात कठीण विभाग आहे. या भागातील प्रश्नांची काठिण्य पातळी इतर विभागातील प्रश्नांपेक्षा नक्कीच जास्त आहे. अंदाज लावणे टाळून उमेदवाराने प्रश्न जाणून घेण्याचा प्रयत्न केला पाहिजे. जर तुम्ही या भागात कमकुवत असाल तर इतर दोन विभागात जास्तीत जास्त गुण मिळवण्याचा प्रयत्न करा.

CDSE साठी बऱ्याच गोष्टींची तयारी करावयाची आहे त्या मुळे आधी पासूनच तयारी सुरु करा. तुम्ही ज्या महत्त्वाच्या विषयांचा अभ्यास करणे आवश्यक आहे त्यापैकी काही खाली दिले आहेत:

जीवशास्त्र BIOLOGY

1. शरीर रचना, शरीराचे अवयव आणि त्यांची कार्ये.

2. हार्मोन्स आणि एन्झाइम्स, त्यांची कार्ये आणि ते कोठे तयार होतात, त्यांच्या कमतरतेमुळे काय होते.

3. सामान्य साथीचे रोग त्यांची कारणे, प्रतिबंध, लक्षणे, लस इ.

रसायनशास्त्र CHEMISTRY

गेल्या वर्षीच्या पेपर्सवर नजर टाकल्यास रसायनशास्त्रा वर नेहमीच प्रश्न आले आहेत.

1. दैनंदिन जीवनात रसायनांचा सामान्य वापर

2. रसायनांची पर्यायी नावे

3. गोष्टी कशा कार्य करतात जसे की क्लाउड सीडिंग रीॲक्शनमध्ये कशा प्रकारे कृत्रिम पाऊस निर्माण करतात, यात सिल्व्हर आयोडाइड आणि कार्बन डाय ऑक्साईड हे रसायन वापरले जाते.

4. कोणत्या धातू पासून कोणते मिश्रधातू तयार होतात असे आणखी बरेच काही या भागा मध्ये विचारले जाते.

चालू घडामोडी

1. सर्व प्रथम India year book वाचा. तुम्ही सध्या बातमी मध्ये असलेले राजकारणी, आंतरराष्ट्रीय महिला नेत्या आणि कार्यालय प्रमुख, व्यवसाय प्रमुख, खेळाडू, संगीतकार, नर्तक, पुरस्कार विजेते, सामाजिक कार्यकर्ते, लेखक, शास्त्रज्ञ इत्यादी आणि कोणत्या कारणाने ते बातमी मध्ये आहेत आणि त्यांची कामगिरी या बद्दल जागरूक असावयास हवे.

2. महत्त्वाच्या संमेलनांची सर्व ठिकाणे, जगातील सर्व विवादित प्रदेश जे कोणत्या ना कोणत्या कारणाने चर्चेत आहेत.

3. **खेळाडू:** सर्व प्रसिद्ध खेळाडू आणि त्यांची अलीकडील कामगिरी या व्यतिरिक्त टेनिसमधील सर्व ग्रँडस्लॅम्स आणि भारतीय खेळाडूंची कामगिरी या मध्ये समाविष्ट आहेत.

4. **पुस्तके आणि लेखक:** बातमी मध्ये असलेली सर्व पुस्तके आणि लेखकांची माहिती करून घ्या तसेच नवीन प्रकाशित झालेल्या सर्व आत्मचरित्रांबाबतही माहिती असू द्या.

5. **बक्षिसे आणि पुरस्कार:** तुम्हाला अलीकडील सर्व नोबेल पुरस्कार विजेते, रॅमन मॅगसेसे पुरस्कार, पुलित्झर पारितोषिक, मॅन बुकर पुरस्कार, भारतरत्न आणि इतर महत्त्वाचे पुरस्कार विजेते तसेच आधीच्या सर्व भारतीय नोबेल पुरस्कार विजेते आणि बुकर पुरस्कार विजेत्यांची माहिती असणे आवश्यक आहे.

6. वैज्ञानिक घडामोडींमध्ये सर्व प्रकारच्या क्षेपणास्त्रांमधील विकास तसेच अलीकडील सर्व उपग्रह प्रक्षेपण या बरोबरच नवीन आलेली जागतिक महामारी या विषयीची माहिती करून घ्या.

प्राथमिक गणित

प्राथमिक गणित: गणिताच्या विषयातील काठीण्य पातळी एकंदरीत सरासरी आहे. प्रश्न हे साधारण 10वी इयत्तेतील प्रश्नांच्या पातळीचे असतात, त्यापैकी काहीच थोडेसे अवघड असतात परंतु काही तयारी न करता पेपर सोडवणे इतके सोपे नाही; जर तुमची गणितावर चांगली हुकूमत असेल तर तुम्ही त्यापैकी बरेच सहज सोडवू शकता. बहुतेक उमेदवारांना काठीण्य पातळी बद्दल अडचण नसते परंतु 2 तासात 100 प्रश्न सोडवण्यासाठी दिलेल्या वेळाबाबत ते नाराज असतात. जर तुमचा सराव तेवढा नसेल तर तुम्हाला 2 तासात 50 पेक्षा जास्त प्रश्न सोडवणे कठीण जाऊ शकते, परंतु योग्य सरावाने तुम्ही 2 तासात 80 पेक्षा जास्त प्रश्न सोडवू शकता.

टिपा

- प्रश्नाचे स्वरूप समजून घेण्यासाठी मागील वर्षाच्या प्रश्नपत्रिकांचा अभ्यास करा.

- अंदाज लावणे टाळा, CDSE मध्ये निगेटिव्ह मार्किंग स्कीम आहे. एका चुकीच्या उत्तरामुळे तुमची 0.33 मार्क्स जातात.

- जो विषय तुम्हाला सोपा वाटतो आणि ज्यात तुम्हाला जास्त गती आहे त्या भागातील अधिक प्रश्न सोडवण्याचा प्रयत्न करा.

- वेळेचे अचूक व्यवस्थापन करा. वेळखाऊ प्रश्न सोडवण्यासाठी जास्त वेळ वाया घालवू नका, विशेषतः प्राथमिक गणितात.

- गणिताच्या समस्या सोडवण्यासाठी शॉर्टकट्सची यादी करा. त्यामुळे बराच वेळ वाचतो.

CDS (I) आणि (II) परीक्षेच्या लेखी परीक्षेत मागील वर्षांमध्ये गुणवत्ता यादीतील शेवटच्या पात्र उमेदवाराचे वर्षनिहाय गुण

हा सर्वांसाठी एक अतिशय कुतूहलाचा विषय आहे कारण प्रत्येकाला एसएसबी मुलाखतीत किती गुण मिळवावे लागतात आणि शिफारस केलेल्या उमेदवारांचे गुण काय आहेत हे जाणून घ्यायचे असते. तुम्हाला शिफारस मिळण्यासाठी किती टक्के गुण मिळाले पाहिजेत हे समजून घेऊन आश्चर्य वाटेल. आमच्याकडे CDS एंट्रीद्वारे शिफारस केलेल्या उमेदवारांचा डेटा आहे जो IMA, OTA, AFA आणि NA साठी शिफारस केलेल्या उमेदवारांनी मिळवलेले गुण दर्शवितो.

परीक्षा	वर्ष	IMA (A/B)	INA (A/B)	AFA (A/B)	OTA (M) (A/B)	OTA (F) (A/B)
CDS (II)	2012	114/237	108/231	144/266	76/158	76/159
CDS (I)	2013	102/225	75/206	129/256	72/154	72/152
CDS (II)	2013	111/231	111/231	135/266	76/158	76/160
CDS (I)	2014	99/222	99/222	129/250	78/159	78/160
CDS (II)	2014	99/224	93/224	129/257	86/168	86/170
CDS (I)	2015	105/227	99/227	138/269	84/166	84/170
CDS (II)	2015	102/225	99/225	129/264	86/168	86/172
CDS (I)	2016	72/214	63/217	123/249	68/150	68/157
CDS (II)	2016	105/227	90/225	135/258	72/157	72/159
CDS (I)	2017	125/249	118/241	144/268	82/163	82/164

परीक्षा	वर्ष	IMA (A/B)	INA (A/B)	AFA (A/B)	OTA (M) (A/B)	OTA (F) (A/B)
CDS (II)	2017	120/244	111/237	135/260	86/167	86/171
CDS (I)	2018	118/240	98/225	138/279	69/154	69/150
CDS (II)	2018	116/242	102/228	131/253	80/162	80/163
CDS (I)	2019	116/242	105/233	129/264	78/160	78/162
CDS (II)	2019	134/258	122/245	148/272	95/176	95/179
CDS (I)	2020	130/250	118/242	143/274	93/173	93/177
CDS (II)	2020	139/263	134/257	152/279	97/179	97/178

प्रत्येक पेपरमध्ये किमान 20% गुण मिळणे आवश्यक आहे.

वरील तक्त्यामधील A आणि B सिम्बॉल खालील अर्थ दर्शवितात.

A = गुणवत्ता यादीतील शेवटच्या पात्र उमेदवाराचे किमान एकूण गुण.

B = गुणवत्ता यादीतील शेवटच्या शिफारस केलेल्या उमेदवाराचे गुण.

हे अगदी खरे आहे की सर्व सैन्य दलातील सेवांसाठी लेखी परीक्षेत उत्तीर्ण होण्यासाठी तुम्हाला फक्त 30-44% आणि प्रत्येक विषय/पेपरमध्ये किमान 20% गुण मिळणे आवश्यक आहे पण आता एसएसबी मुलाखतीत तुम्हाला किती गुण मिळवायचे आहेत ते पाहू. तुम्ही पाहू शकता की गुणवत्ता यादीतील शेवटच्या शिफारस केलेल्या उमेदवाराला CDS II (2017) प्रवेशाद्वारे IMA साठी 300 गुणांपैकी 244 गुण मिळाले आणि त्याची शिफारस झाली. हे शेवटच्या शिफारस केलेल्या उमेदवाराचे गुण आहेत ज्याने कमीत कमी क्रमांक मिळवला आणि गुणवत्ता यादीत शेवटचा असेल. आशा आहे की तुम्हाला SSB मुलाखतीत मार्किंग योजना कशा प्रकारे काम करते याची योग्य कल्पना आली असेल.

तुम्ही बघू शकता की लेखी परीक्षेचा कट ऑफ एसएसबी मुलाखतीच्या गुणांशी तुलना करता खूपच कमी आहे आणि एसएसबी मुलाखतीत निवड होण्यासाठी तुम्हाला कमीतकमी 75% गुण मिळवावे लागतील जे खूप कठीण आहे आणि त्यामुळेच एसएसबी मुलाखतीचा यशाचा दर खूपच कमी आहे. ज्या उमेदवारांना वायुसेना अकादमीमध्ये प्रवेश घ्यायचा आहे ते IMA, INA आणि OTA पेक्षा अधिक चांगले असणे अपेक्षित आहे कारण

एएफएसाठी पात्र ठरलेल्या शेवटच्या उमेदवाराने मिळवलेले गुण 135 आहेत, म्हणजे 45% [300 पैकी] जे IMA, INA आणि OTA च्या शेवटच्या पात्र उमेदवारापेक्षा जास्त गुण आहेत.

निष्कर्ष

1. होय, प्रत्येक पेपरमध्ये आयोगाने निश्चित केलेले किमान गुण प्राप्त करणे अनिवार्य आहे.

2. पुरुष आणि महिला उमेदवारांसाठी कट ऑफ गुण समान आहेत.

3. IMA साठी कट ऑफ मार्क नेहमी OTA साठी कट ऑफ सेटपेक्षा जास्त असतात.

4. कट ऑफ मध्ये दरवर्षी खूप चढ-उतार असतो.

5. येथे जात किंवा आरक्षणावर आधारित कट ऑफ नाही.

6. AFA मध्ये सर्वाधिक कट ऑफ आहे.

7. भविष्यातील कट ऑफ जवळपास किंवा अधिक राहू शकतो.

मला संपूर्ण खात्री आहे की क्लिअरिंग कट ऑफ मिळविणे सोपे आहे परंतु त्याचा काहीच उपयोग नाही जेव्हा 10000 उमेदवार हे कट ऑफ मार्क्स मिळवितात परंतु केवळ 300 उमेदवारच एसएसबी च्या मुलाखतीत निवडले जातात.

भारतीय सैन्य
प्री-फायनल इयर युनिव्हर्सिटी एन्ट्री स्कीम (UES) पुरुषांसाठी
(कायम नेमणूक)

1. प्री-फायनल इयर (III वर्ष) मध्ये शिकत असलेल्या अविवाहित पुरुष अभियांत्रिकी पदवीधर विद्यार्थ्यांकडून सैन्यात कायमस्वरूपी नेमणुकीसाठी ऑनलाइन अर्ज मागविण्यात येतात.

2. **पात्रता**

   राष्ट्रीयत्व: परिशिष्ट A नुसार.

   वयोमर्यादा: 18 ते 24 वर्षे. मॅट्रिक किंवा समतुल्य परीक्षेच्या प्रमाणपत्रात नमूद असलेली जन्मतारीख कार्यालय ग्राह्य धरते.

   शैक्षणिक पात्रता: मान्यताप्राप्त विद्यापीठे/संस्था/महाविद्यालयांमध्ये अभियांत्रिकी अभ्यासक्रमाच्या पूर्व-अंतिम वर्षात शिकणारे उमेदवार अर्ज करण्यास पात्र असतील परंतु प्रशिक्षणात सहभागी होताना ते उत्तीर्ण झालेले असणे म्हणजेच त्यांच्याकडे ती शैक्षणिक पात्रता असणे आवश्यक आहे. उमेदवाराने अधिसूचनेमध्ये नमूद केलेल्या तारखेपूर्वी लिखित, प्रॅक्टिकल, असाइनमेंट/प्रोजेक्ट, तोंडी परीक्षा, बॅकलॉग इत्यादींसह पदवी अभ्यासक्रमाशी संबंधित सर्व परीक्षा पूर्ण केल्या पाहिजेत.

3. **रिक्तजागा:** खालील शाखांमध्ये अभियांत्रिकी पदवीपूर्व -अंतिमवर्ष (III वर्ष) मध्ये शिकणारे उमेदवार अर्ज करण्यास पात्र आहेत.

UES उमेदवारांना खाली नमूद केल्याप्रमाणे अंदाजे कटऑफ गुणांच्या आधारे शॉर्टलिस्ट केले जाते.

अभियांत्रिकी शाखा	अभियांत्रिकी समकक्ष शाखा	अंदाजित रिक्त पदे	अंदाजे कट ऑफ टक्केवारी
सिव्हिल	सिव्हिल, इंजिनिअरिंग, सिव्हिल इंजिनिअरिंग (स्ट्रक्चरल इंजिनीअरिंग), स्ट्रक्चरल इंजिनीअरिंग	07	70
मेकॅनिकल	मेकॅनिकल इंजिनीअरिंग, मेकॅनिकल (मेकॅट्रॉनिक्स) इंजिनीअरिंग, मेकॅनिकल आणि ऑटोमेशन इंजिनीअरिंग	03	75
इलेक्ट्रिकल आणि इलेक्ट्रॉनिक्स	इलेक्ट्रिकल/इलेक्ट्रिकल आणि इलेक्ट्रॉनिक्स इलेक्ट्रिकल इंजिनीअरिंग, इलेक्ट्रिकल इंजिनीअरिंग (इलेक्ट्रॉनिक्स आणि पॉवर), पॉवर सिस्टम इंजिनीअरिंग, इलेक्ट्रिकल आणि इलेक्ट्रॉनिक्स इंजिनीअरिंग	04	71
संगणक विज्ञान आणि इंजिनिअरिंग/संगणक तंत्रज्ञान/माहिती तंत्रज्ञान/एमएससीसंगणक विज्ञान	संगणक अभियांत्रिकी, संगणक विज्ञान, संगणक विज्ञान आणि अभियांत्रिकी, माहिती विज्ञान आणि अभियांत्रिकी	04	72
इलेक्ट्रॉनिक्स आणि दूरसंचार/दूरसंचार/इलेक्ट्रॉनिक्स आणि कम्युनिकेशन/उपग्रहसंवाद	इलेक्ट्रॉनिक्स आणि दूरसंचार अभियांत्रिकी, दूरसंचार अभियांत्रिकी, इलेक्ट्रॉनिक्स आणिसंप्रेषण अभियांत्रिकी, इलेक्ट्रॉनिक्स आणि इलेक्ट्रिकल कम्युनिकेशन अभियांत्रिकी	04	70
इलेक्ट्रॉनिक्स	पॉवर इलेक्ट्रॉनिक्स आणि ड्राइव्हस्	02	70

अभियांत्रिकी शाखा	अभियांत्रिकी समकक्ष शाखा	अंदाजित रिक्त पदे	अंदाजे कट ऑफ टक्केवारी
मेटलर्जिकल	मेटलर्जिकल अभियांत्रिकी, धातुकर्म आणिसाहित्य तंत्रज्ञान, धातूशास्त्र आणिसाहित्य अभियांत्रिकी, धातूशास्त्र आणि अभियांत्रिकी आणि साहित्य विज्ञान, धातूशास्त्र आणि स्फोटके	02	70
इलेक्ट्रॉनिक्स आणि इन्स्ट्रुमेंटेशन/ इन्स्ट्रुमेंटेशन	अप्लाइड इलेक्ट्रॉनिक्स आणि इन्स्ट्रुमेंटेशन अभियांत्रिकी, इलेक्ट्रॉनिक्स आणि इन्स्ट्रुमेंटेशन इंजिनिअरिंग, इलेक्ट्रॉनिक्स आणि इन्स्ट्रुमेंटेशन आणि नियंत्रण अभियांत्रिकी, उपकरणे आणि नियंत्रण अभियांत्रिकी, इन्स्ट्रुमेंटेशन तंत्रज्ञान	02	72
मायक्रो इलेक्ट्रॉनिक्स आणि मायक्रोवेव्ह		02	65
एकूण		30	

टीप: या रिक्त जागा अंदाजित आहेत आणि प्रशिक्षण स्लॉटच्या उपलब्धतेनुसार बदलल्या जाऊ शकतात.

सूचना: अर्ज केवळ वेबसाइटवर ऑनलाइन स्वीकारले जातील.

इच्छुकांनी "www. joinindianarmy. nic. in."या वेबसाइटचा आणि रोजगाराच्या बातम्यांचा विशिष्ट परीक्षेच्या सूचनांसाठी नियमित वापर करणे अपेक्षित आहे. त्या करिता प्रत्येक वर्षी अग्रगण्य वर्तमानपत्रांमध्ये/रोजगार बातम्यांमध्ये प्रकाशित होणारी जाहिरात पहा.

4. **अर्ज आणि निवड प्रक्रिया:**

उमेदवारांचे प्राप्त झालेले "ऑनलाइन अर्ज" संबंधित कमांड मुख्यालयाकडे पाठवले जातील.

↓

प्री-फायनल इयर (इंजिनिअरिंग) मध्ये शिकत असलेल्या संभाव्य उमेदवारांची प्राथमिक निवड विद्यापीठ/कॉलेजमध्ये प्राथमिक मुलाखती घेण्यासाठी संबंधित कमांड मुख्यालयांद्वारे अधिकृत निवड टीमद्वारे केली जाईल.

↓

अर्जांची छाननी आणि उमेदवारांची निवड:

SSB निवड केंद्र, अलाहाबाद (आताचे प्रयागराज) (UP), भोपाळ (MP), बेंगळुरू (कर्नाटक) आणि कपूरथला (पंजाब) येथे केवळ निवडलेल्या पात्र उमेदवारांची मुलाखत घेतली जाईल.

↓

UES कोर्ससाठी निवडलेल्या उमेदवारांना इंडियन मिलिटरी अकादमी, डेहराडून येथे प्रशिक्षणासाठी प्रवेश दिला जाईल आणि प्रशिक्षणाचा कालावधी एक वर्षाचा असेल.

↓

प्रशिक्षण यशस्वीरीत्या पूर्ण केल्यानंतर कॅडेट्सना लष्करात लेफ्टनंट पदावर कायमस्वरूपी नेमणूक दिली जाईल.

इंडियन आर्मी पर्मनंट कमिशनः टेक्निकल ग्रॅज्युएशन कोर्स (TGC)

सैन्यात सर्वप्रकारच्या सेवांच्या कायमस्वरूपी पदांच्या नेमणुकीसाठी इंडियन मिलिटरी अकादमी (IMA), डेहराडून, उत्तराखंड येथे जानेवारीमध्ये सुरू होणाऱ्या अभ्यासक्रमासाठी विवाहित/अविवाहित पुरुष अभियांत्रिकी पदवीधरांकडून अर्ज मागविण्यात येतात.

पात्रता

a. **राष्ट्रीयत्व:** परिशिष्ट A नुसार.

b. **वयोमर्यादा:** कोर्स सुरू करताना 20 ते 27 वर्षे. मॅट्रिक किंवा समकक्ष परीक्षेच्या प्रमाणपत्रात नमूद असलेली जन्मतारीख ग्राह्य धरल्या जाईल.

c. **शैक्षणिक पात्रता:** उमेदवारांनी अभियांत्रिकी पदवी उत्तीर्ण केलेली असावी किंवा अभियांत्रिकी अभ्यासक्रमाच्या अंतिम वर्षात असावा. पदवी अभ्यासक्रमाच्या अंतिम वर्षाच्या परीक्षेत बसलेल्या उमेदवारांना IMA येथे प्रशिक्षण सुरू झाल्यापासून 12 आठवड्यांच्या आत अभियांत्रिकी पदवी प्रमाणपत्र सादर करता आले पाहिजे.

TGC तात्पुरत्या रिक्त जागा आणि SSB शॉर्टलिस्टिंगसाठी अंदाजे कट ऑफ टक्केवारी:

अभियांत्रिकी शाखा	अंदाजे कट ऑफ टक्केवारी	अंदाजित रिक्त पदे
सिव्हिल/बिल्डिंग कन्स्ट्रक्शन टेक्नॉलॉजि	74	09
आर्किटेक्चर	65	01
मेकॅनिकल	85	05
इलेक्ट्रिकल/इलेक्ट्रिकल अँड इलेक्ट्रॉनिक्स	79	03

अभियांत्रिकी शाखा	अंदाजे कट ऑफ टक्केवारी	अंदाजित रिक्त पदे
कॉम्प्युटर सायन्स अँड इंजिनीरिंग/कॉम्प्युटर टेक्नॉलॉजि/ एम. एससी कॉम्प्युटर ससान्स	76	08
इन्फरमेशन टेक्नॉलॉजि	70	03
इलेक्ट्रॉनिक्स अँड टेलिकम्युनिकेशन	66	01
टेलिकम्युनिकेशन	60	01
इलेक्ट्रॉनिक्स अँड कम्युनिकेशन	83	02
मायक्रो इलेक्ट्रॉनिक्स अँड मायक्रोवेव	60	01
ऐरोनॉटिकल्स/एरोस्पेस	74	01
एव्हियॉनिक्स	60	
इलेक्ट्रॉनिक्स अँड इंस्ट्रूमेंटेशन/इंस्ट्रूमेंटेशन	60	01
फायबर ऑप्टिक्स	60	01
प्रोडक्शन	60	01
इंडस्ट्रियल/म्यानुफॅक्चरिंग/इंडस्ट्रियल इंजि. अँड मॅनेजमेंट	60	01
वर्कशॉप टेक्नॉलॉजी	60	01
टेक्सटाईल	60	01
ऑटोमोबाईल	72	01

टीप:सूचनाः अर्ज केवळ वेबसाइटवर ऑनलाइन स्वीकारले जातील.

इच्छुकांनी "www.joinindianarmy.nic.in." या वेबसाइटचा आणि रोजगाराच्या बातम्यांचा विशिष्ट परीक्षेच्या सूचनांसाठी नियमित वापर करणे अपेक्षित आहे.

त्या करिता प्रत्येक वर्षी अग्रगण्य वर्तमानपत्रांमध्ये/रोजगार बातम्यांमध्ये प्रकाशित होणारी जाहिरात पहा.

d. **अर्ज आणि निवड प्रक्रिया:**

उमेदवारांचे प्राप्त झालेले "ऑनलाइन अर्ज" संबंधित कमांड मुख्यालयाकडे पाठवले जातील.

MoD (लष्कर) च्या मध्यवर्ती मुख्यालयाने विद्यापीठ/कॉलेजमधील प्राथमिक मुलाखतींमध्ये 'तात्पुरती शिफारस केलेले' अर्ज शॉर्टलिस्ट करण्याचा अधिकार राखून ठेवला आहे.

अर्ज आणि निवड प्रक्रिया:

SSB निवड केंद्र, अलाहाबाद (आताचे प्रयागराज) (UP), भोपाळ (MP) आणि बंगळुरू (कर्नाटक) येथे केवळ शॉर्टलिस्ट केलेल्या पात्र उमेदवारांची मुलाखत घेतली जाईल.

TGC कोर्ससाठी निवडलेल्या उमेदवारांना प्रशिक्षणासाठी इंडियन मिलिटरी अकादमी, डेहराडून येथे प्रवेश दिला जाईल. या प्रशिक्षणाचा कालावधी एक वर्ष आहे.

प्रशिक्षण यशस्वीरीत्या पूर्ण केल्यावर कॅडेट्सना लष्करात कायमस्वरूपी लेफ्टनंट पदावर नेमणूक दिली जाईल.

इंडियन आर्मी पर्मनंट कमिशन: तांत्रिक प्रवेश योजना (10+2) (TES)

अविवाहित पुरुष उमेदवार या तांत्रिक प्रवेश योजने साठी अर्ज करू शकतात. उमेदवाराने भौतिकशास्त्र, रसायनशास्त्र आणि गणित (यापुढे पीसीएम म्हणून संदर्भित) विषयांसह 10+2 परीक्षा उत्तीर्ण केलेली असावी आणि या पुढे दिलेल्या परिच्छेदांमध्ये विहित केलेल्या पात्रता अटी पूर्ण केलेल्या असाव्यात. तांत्रिक प्रवेश योजनेमध्ये चार वर्षांचे मूलभूत लष्करी प्रशिक्षण आणि त्यानंतरचे तांत्रिक प्रशिक्षण तसेच या पुढील परिच्छेदांमध्ये दिलेल्या अटी व शर्ती पूर्ण केल्यानंतर सैन्यात कायमस्वरूपी नेमणूक दिली जाते.

1. पात्रता

a. **राष्ट्रीयत्व:** परिशिष्ट A नुसार.

b. **वयोमर्यादा:** ज्या महिन्यामध्ये अभ्यासक्रम सुरू होत आहे त्या महिन्याच्या पहिल्या दिवशी उमेदवाराचे वय 16½ वर्षांपिक्षा कमी आणि 19½ वर्षांपिक्षा जास्त नसावे.

c. **शैक्षणिक पात्रता:** फक्त तेच उमेदवार जे 10+2 परीक्षा किंवा समकक्ष परीक्षा मान्यताप्राप्त शिक्षण मंडळाकडून भौतिकशास्त्र, रसायनशास्त्र आणि गणित विषयातील किमान ७०% गुणांसह उत्तीर्ण झाले आहेत, या प्रवेशासाठी अर्ज करण्यास पात्र आहेत. विविध राज्य/केंद्रीय मंडळांच्या प्रचलित मार्गदर्शक तत्त्वे/ सूचनांनुसार पीसीएमच्या % ची गणना करण्यासाठी पात्रता अटींचे पालन केले जाईल.

टीप: "www.joinindianarmy.nic.in" या वेबसाइटवर अर्ज फक्त ऑनलाइन स्वीकारले जातील.

इच्छुकांनी या वेबसाइटचा आणि रोजगारांच्या बातम्यांचा विशिष्ट परीक्षेच्या सूचनांसाठी नियमित वापर करणे अपेक्षित आहे. त्या करिता प्रत्येक वर्षी अग्रगण्य वर्तमानपत्रांमध्ये/ रोजगार बातम्यांमध्ये प्रकाशित होणारी जाहिरात पहा.

अर्ज आणि निवड प्रक्रिया

TES SSB मुलाखत कटऑफ गुणांवर आणि निवडलेल्या उमेदवारांवर आधारित असेल, उमेदवारांना त्यांच्या PCM (भौतिकशास्त्र, रसायनशास्त्र आणि गणित) मधील एकूण टक्केवारीच्या आधारावर निवडले जाईल. दरवर्षी TES कट ऑफ 78% ते 87% दरम्यान असायचा. भारतीय सैन्य फक्त त्या उमेदवारांना कॉल करते जे TES चे कट ऑफ मार्क्स पास करतात, जर तुमची PCM (सरासरी) मध्ये इतकी टक्केवारी नसेल तर तुम्हाला TES SSB मुलाखतीसाठी कॉल येणार नाही.

उमेदवारांचे प्राप्त झालेले **"ऑनलाइन अर्ज"** संबंधित कमांड मुख्यालयाकडे पाठवले जातील.

↓

कटऑफ टक्केवारीनुसार पात्र उमेदवारांनाच शॉर्टलिस्ट केले जाईल. निवड केंद्र, अलाहाबाद (उत्तर प्रदेश) (आताचे प्रयागराज), भोपाळ (मप्र) आणि बंगलोर (कर्नाटक) येथे मुलाखत घेतली जाईल.

↓

10+2 (TES) कोर्ससाठी निवडलेल्या उमेदवारांना खालील ठिकाणी प्रशिक्षणासाठी प्रवेश दिला जाईल.

मूलभूत लष्करी प्रशिक्षण: 1 वर्ष (ऑफिसर ट्रेनिंग अकादमी गया).

तांत्रिक प्रशिक्षण:

    i. **फेज-I** (प्री कमिशन ट्रेनिंग):
        3 वर्षे (CME पुणे, MCTE महू (मध्य प्रदेश) आणि MCEME सिकंदराबाद),

    ii. **फेज-II** (पोस्ट कमिशन ट्रेनिंग): 1 वर्ष सीएमई पुणे, एमसीटीई महू आणि एमसीईएमई सिकंदराबाद येथे.

↓

वर्षाचा अभ्यासक्रम यशस्वीरीत्या पूर्ण केल्यावर कॅडेट्सना लष्करात कायमस्वरूपी लेफ्टनंट पदावर नेमणूक दिली जाईल.

तांत्रिक प्रवेश योजना (TES) शॉर्ट सर्व्हिस कमिशन SSCM (TECH) आणि SSCW (TECH)

(पुरुष आणि महिला)

अविवाहित पुरुष आणि अविवाहित महिला अभियांत्रिकी पदवीधरांकडून सर्व सैन्य दलातील सेवांमध्ये शॉर्ट सर्व्हिस कमिशन (SSC) साठी अर्ज मागविण्यात येतात.

पात्रता

a. **राष्ट्रीयत्व:** परिशिष्ट A नुसार.

b. **वयोमर्यादा:** 20 ते 27 वर्षे.

c. **शैक्षणिक पात्रता:** अभियांत्रिकी पदवी अभ्यासक्रम उत्तीर्ण केलेले किंवा अभियांत्रिकी पदवी अभ्यासक्रमाच्या अंतिम वर्षात असलेले उमेदवार अर्ज करण्यास पात्र आहेत.

रिक्त जागा

अभियांत्रिकी शाखा	अंदाजे कट ऑफ टक्केवारी (M/F)	तात्पुरत्या रिक्त जागा (M/W)
सिव्हिल/बिल्डिंग कन्स्ट्रक्शन टेक्नॉलॉजी	60/71	41/03
आर्किटेक्चर	60	02/01
मेकॅनिकल	82/76	20/02
इलेक्ट्रिकल/इलेक्ट्रिकल अँड इलेक्ट्रॉनिक्स	74/83	14/01

अभियांत्रिकी शाखा	अंदाजे कट ऑफ टक्केवारी (M/F)	तात्पुरत्या रिक्त जागा (M/W)
कॉम्प्युटर सायन्स अँड इंजि/कॉम्प्युटर टेक्नॉलॉजी/एम. एस्सी कॉम्प्युटर सायन्स	60/77	32/04
इन्फरमेशन टेक्नॉलॉजी	60/60	09/02
इलेक्ट्रॉनिक्स अँड टेलिकम्युनिकेशन	75	05
सॅटेलाइट कम्युनिकेशन	60	02
इलेक्ट्रॉनिक्स	60	02
मायक्रो इलेक्ट्रॉनिक्स आणि मायक्रोवेव्ह	60	02
एरोनॉटिकल/एरोस्पेस/एव्हियोनिक्स	60/60	05/01
रिमोट सेन्सिंग	60	01
इलेक्ट्रॉनिक्स आणि इन्स्ट्रुमेंटेशन/इन्स्ट्रुमेंटेशन	60	04
प्रोडक्शन	60	01
ऑटोमोबाईल	60	03
इंडस्ट्रियल/मॅन्युफॅक्चरिंग/इंडस्ट्रियल इंजि अँड मॅनेजमेंट	60	02
बॅलिस्टिक्स	60	01
बायो मेडिकल इंजिनिअरिंग	60	01
ट्रान्सपोर्ट इंजिनिअरिंग	60	01
टेक्सटाईल	60	01
फूड टेक्नॉलॉजी	60	01
ॲग्रीकल्चर	60	01
मेटलर्जिकल/मेटलर्जी आणि एक्सप्लोझीव्ह	60	01
न्यूक्लिअर टेक्नॉलॉजी	60	01
ऑप्टोइलेक्ट्रॉनिक	60	02
फायबर ऑप्टिक्स	60	02
वर्कशॉप टेक्नॉलॉजी	60	02

अभियांत्रिकी शाखा	अंदाजे कट ऑफ टक्केवारी (M/F)	तात्पुरत्या रिक्त जागा (M/W)
लेझर टेक्नॉलॉजी	60	02
बायोटेक	60	01
रबर टेक्नॉलॉजी	60	01
केमिकल इंजिनिअरिंग	72	01

टीप: या रिक्त जागा अंदाजित आहेत आणि प्रशिक्षण स्लॉटच्या उपलब्धते नुसार बदलल्या जाऊ शकतात.

सूचना: अर्ज केवळ "www.joinindianarmy.nic.in." या वेबसाइटवर ऑनलाइन स्वीकारले जातील

इच्छुकांनी "www.joinindianarmy.nic.in." या वेबसाइटचा आणि रोजगाराच्या बातम्यांचा विशिष्ट परीक्षेच्या सूचनांसाठी नियमित वापर करणे अपेक्षित आहे.

त्या करिता प्रत्येक वर्षी अग्रगण्य वर्तमानपत्रांमध्ये/रोजगार बातम्यांमध्ये प्रकाशित होणारी जाहिरात पहा.

अर्ज आणि निवड प्रक्रिया

उमेदवारांचे प्राप्त झालेले "ऑनलाइन अर्ज" संबंधित कमांड मुख्यालयाकडे पाठवले जातील.

SSB निवड केंद्र, अलाहाबाद (आताचे प्रयागराज) (UP), भोपाळ (MP), बेंगळुरू (कर्नाटक) आणि कपूरथला (पंजाब) येथे केवळ निवडलेल्या पात्र उमेदवारांची मुलाखत घेतली जाईल.

SSC (TECH) कोर्ससाठी निवडलेल्या उमेदवारांना ऑफिसर ट्रेनिंग अकादमी, चेन्नई येथे प्रशिक्षणासाठी प्रवेश दिला जाईल आणि प्रशिक्षणाचा कालावधी 49 आठवडे असेल.

↓

प्रशिक्षण यशस्वीरीत्या पूर्ण केल्यानंतर कॅडेट्सना सैन्यदलात शॉर्ट सर्व्हिस कमिशन दिले जाईल.

एनसीसी विशेष प्रवेश योजंना

NCC SSC (NON TECH) MEN & WOMEN

1. या योजने अंतर्गत पुरुष आणि महिलांसाठी शॉर्ट सर्व्हिस कमिशन (नॉन-टेक्निकल) द्वारे भारतीय सैन्य दलात सामील होण्याची अतिशय चांगली संधी आहे.

   अविवाहित/विवाहित पुरुष आणि अविवाहित महिला उमेदवारांकडून NCC विशेष प्रवेश योजना अभ्यासक्रमांतर्गत भारतीय सैन्यात शॉर्ट सर्व्हिस कमिशनसाठी अर्ज मागविण्यात येतात.

2. **रिक्त पदे (अंदाजे):**

   a. एनसीसी पुरुष – 50

   b. एनसीसी महिला – 05

3. **पात्रतेच्या अटी:**

   a. **राष्ट्रीयत्व:** परिशिष्ट अ नुसार.

   b. NDA, IMA, OTA किंवा इतर कोणत्याही सेवा प्रशिक्षण अकादमीमधून शिस्तभंगाच्या कारवाईद्वारे काढून टाकलेले उमेदवार अर्ज करण्यास पात्र नाहीत.

   c. **वयोमर्यादा:** NCC उमेदवारांसाठी (युद्धातील शहीदांच्या पाल्यांसहित) 19 ते 25 वर्षे.

4. **शैक्षणिक पात्रता आणि इतर निकष:**

   NCC 'C' प्रमाणपत्र धारकांसाठी:

   a. सर्व वर्षांचे एकत्रित गुण विचारात घेता किमान 50% गुणांसह मान्यताप्राप्त विद्यापीठाची किंवा समकक्ष पदवी.

b. अंतिम वर्षात शिकत असलेल्यांना देखील अर्ज करण्याची परवानगी आहे जर त्यांनी अनुक्रमे तीन/चार वर्षांच्या पदवी अभ्यासक्रमाच्या पहिल्या दोन/तीन वर्षांमध्ये किमान 50% एकूण गुण प्राप्त केले असतील. अशा विद्यार्थ्यांची शिफारस केली गेल्यास त्यांनी पदवी परीक्षा सर्व वर्षांच्या एकूण किमान 50% गुणांसह उत्तीर्ण करणे आवश्यक आहे नसता त्यांची उमेदवारी रद्द करण्यात येईल.

i. **NCC मध्ये सेवा:** NCC च्या वरिष्ठ विभाग/विंगमध्ये किमान दोन शैक्षणिक वर्षे सेवा केलेली असावी.

ii. **ग्रेडिंग:** एनसीसीच्या 'सी' प्रमाणपत्र परीक्षेमध्ये किमान 'बी' ग्रेड असणे आवश्यक आहे.

सूचना: अर्ज केवळ 'www.joinindianarmy.nic.in.' या वेबसाइटवर ऑनलाइन स्वीकारले जातील.

इच्छुकांनी 'www.joinindianarmy.nic.in.' या वेबसाइटचा आणि रोजगाराच्या बातम्यांचा विशिष्ट परीक्षेच्या सूचनांसाठी नियमित वापर करणे अपेक्षित आहे. त्या करिता प्रत्येक वर्षी अग्रगण्य वर्तमानपत्रांमध्ये/रोजगार बातम्यांमध्ये प्रकाशित होणारी जाहिरात पहा.

अर्ज आणि निवड प्रक्रिया

जेथून NCC 'सी' प्रमाणपत्र मिळाले आहे त्या OC युनिटकडे सर्व अर्ज पाठविले जातात. NCC युनिट्स/समूह मुख्यालये अर्ज राज्य NCC संचालनालयाकडे पाठवितात तेथून ते मुख्यालय महासंचालनालयाकडे वर्ग केले जातात. मुख्यालय महासंचालक हे अर्ज एनसीसी डायरेक्टोरेट जनरल (रिक्रुटमेंट) कडे पाठविते.

उमेदवारांच्या पात्रता/पात्रतेवर आधारित अर्जांची संपूर्ण छानणी प्रत्येक स्तरावर, म्हणजे NCC युनिट, NCC डायरेक्टोरेट आणि HQ DG NCC द्वारे केली जाते.

या पद्धतीने निवडलेल्या उमेदवारांची डायरेक्टोरेट जनरल ऑफ रिक्रूटिंगद्वारे SSB मुलाखतीसाठी शिफारस केली जाते.

↓

SSB मध्ये निवड झालेल्या उमेदवारांना ऑफिसर ट्रेनिंग अकादमी, चेन्नई येथे प्रशिक्षणासाठी प्रवेश दिला जातो. हा प्रशिक्षण कालावधी 49 आठवडे असतो.

↓

OTA, चेन्नई येथे प्री-कमिशन प्रशिक्षण पूर्ण केलेल्या कॅडेट्सना मद्रास विद्यापीठ 'संरक्षण व्यवस्थापन आणि धोरणात्मक अभ्यास' ही पदव्युत्तर पदविका प्रदान करते. OTA चेन्नई येथील प्रशिक्षणाचा सर्व खर्च सरकार करते.

↓

OTA, चेन्नई येथे प्री-कमिशन प्रशिक्षण यशस्वीरित्या पूर्ण केल्यावर उमेदवारांना लेफ्टनंट पदावर नेमणूक दिली जाते.

(जे ए जी) एंट्री स्कीमसाठी सविस्तर नोटिफिकेशन-JAG एंट्री लॉ ग्रॅज्युएटसाठी

JAG ENTRY SCHEME FOR LAW GRADUATE

JAG प्रवेश योजनेद्वारा कायदा पदवीधरांसाठी (पुरुष आणि महिला) भारतीय सैन्यात शॉर्ट सर्व्हिस कमिशन मध्ये सामील होण्याची अतिशय चांगली संधी आहे.

1. भारतीय लष्कर न्यायाधीश ॲडव्होकेट जनरल या पदांसाठी शॉर्ट सर्व्हिस कमिशन मधील नेमणुकी अंतर्गत विवाहित/अविवाहित पुरुष आणि अविवाहित महिलांमधून सक्षम कायदा पदवीधर निवडते.

2. **रिक्त पदे:** पुरुष – 13, महिला – 07. (अंदाजित)

3. **पात्रतेच्या अटी:**

    a. राष्ट्रीयत्व: भारतीय नागरिक असणे आवश्यक आहे.

    b. वयोमर्यादा: 21 ते 27 वर्षे

4. **शैक्षणिक पात्रता:**

    एलएलबी पदवीमध्ये किमान 55% एकूण गुण (पदवीनंतर तीन वर्षांचा अभ्यासक्रम किंवा 10+2 परीक्षेनंतर पाच वर्षांचा अभ्यासक्रम). उमेदवार बार कौन्सिल ऑफ इंडिया/राज्यात नोंदणीसाठी पात्र असावेत. उमेदवार बार कौन्सिल ऑफ इंडिया द्वारे मान्यताप्राप्त कॉलेज/विद्यापीठातील असावा.

5. शॉर्ट सर्व्हिस कमिशन (एनटी) (JAG) प्रवेश योजनेसाठी **CLAT (PG)** स्कोअर अनिवार्य करण्यात आला आहे.

टीप: IMA/OTA/नेव्हल अकादमी/वायुसेना अकादमीमधून किंवा इतर कोणत्याही सेवा प्रशिक्षण अकादमीमधून शिस्तभंगाच्या कारवाईद्वारे काढून टाकलेले उमेदवार अर्ज करण्यास पात्र नाहीत.

सूचना: अर्ज केवळ "www.joinindianarmy.nic.in." या वेबसाइटवर ऑनलाइन स्वीकारले जातील

इच्छुकांनी "www.joinindianarmy.nic.in." या वेबसाइटचा आणि रोजगाराच्या बातम्यांचा विशिष्ट परीक्षेच्या सूचनांसाठी नियमित वापर करणे अपेक्षित आहे.

अर्ज आणि निवड प्रक्रिया

अर्ज केवळ 'www.joinindianarmy.nic.in'
वेबसाइटवर ऑनलाइन स्वीकारले जातात.

↓

ऑनलाइन अर्जांची प्रारंभिक छाननी रिक्रूटिंग डायरेक्टोरेट आर्मी हेडक्वार्टर येथे केली जाते आणि डीजी रिक्रूटिंगचा निर्णय हा अंतिम असतो.

↓

MoD (लष्कर) च्या मध्यवर्ती मुख्यालयाने गुणांची कटऑफ टक्केवारी निश्चित करणे तसेच 'शिफारस केलेले' अर्ज शॉर्टलिस्ट करण्याचा अधिकार राखून ठेवला आहे. कटऑफ टक्केवारीनुसार पात्र उमेदवारांनाच शॉर्टलिस्ट केले जाते.

↓

दोन टप्प्यातील निवड प्रक्रिया: जे उमेदवार स्टेज I मध्ये पात्र ठरतील त्यांचाच समावेश स्टेज-II चाचणी मध्ये केला जाईल. स्टेज-II चाचणी चा कालावधी स्टेज I चा एक दिवस वगळता चार दिवसांचा असतो. या मध्ये ग्रुप टेस्ट, सायकोलॉजिकल चाचण्या आणि मुलाखत यांचा समावेश आहे.

↓

SSB द्वारे शिफारस केलेल्या उमेदवारांना ट्रेनिंग अकादमी, चेन्नई येथे प्रशिक्षणासाठी प्रवेश दिला जातो. प्रशिक्षण कालावधी: 49 आठवडे. जे यशस्वीरित्या पूर्ण केल्यावर उमेदवारांना लेफ्टनंट पदावरील नेमणूक दिली जाईल

टेरिटोरियल आर्मीमध्ये (TA) अधिकारी म्हणून सामील व्हा

TERRITORIAL ARMY

Part Time Commitment – Full Time Honour: Adventure Awaits You!

भारतातील टेरिटोरियल आर्मी ही स्वयंसेवकांची एक संघटना आहे जे वर्षातून काही दिवस लष्करी प्रशिक्षण घेतात जेणेकरून आपत्कालीन परिस्थितीत त्यांना देशाच्या संरक्षणासाठी एकत्रित करता येईल.

प्रेरित तरुण स्त्री आणि पुरुषांना त्यांच्या प्राथमिक व्यवसायाचा त्याग न करता लष्करी वातावरणात सेवा देण्यास सक्षम करण्याच्या संकल्पनेवर आधारित ही नेमणूक आहे. लष्कराचा गणवेश परिधान करून आणि प्रादेशिक सैन्य अधिकारी म्हणून देशाची सेवा करण्याच्या संधीसाठी आधीपासून रोजगार मिळवीत असलेल्या तरुण/तरुणींकडून अर्ज मागवले जातात. तुम्ही देशाची दोन क्षमतांमध्ये सेवा करू शकता - एक नागरी आणि दुसरी सैनिक म्हणून. इतर कोणताही पर्याय तुम्हाला अनुभवांच्या इतक्या विस्ताराची अनुमती देत नाही.

नियमित भारतीय लष्करानंतर ही संरक्षणाची दुसरी फळी आहे; इंडियन टेरिटोरियल आर्मी हा व्यवसाय किंवा रोजगाराचा स्रोत नाही. ही संधी फक्त अशा लोकांसाठी आहे जे आधीपासून मुख्य नागरी व्यवसायात आहेत. खरेतर, प्रादेशिक सैन्यात सामील होण्यासाठी नागरी व्यवसायात फायदेशीर रोजगार किंवा स्वयंरोजगार ही पूर्व अट आहे.

पात्रता निकष	
वयोमर्यादा	18 ते 42 वर्षे (स्त्री आणि पुरुष)
पात्रता	कोणत्याही मान्यताप्राप्त विद्यापीठातून पदवीधर

नोटिफिकेशन	जानेवारी - जुलै आणि डिसेंबर ते जानेवारी
रोजगार	केंद्र सरकार/निमशासकीय/प्रा. फर्म/स्वतःचा व्यवसाय/स्वयंरोजगार. टीप: नियमित लष्कर/नौदल/वायुसेना/पोलीस/GREF/पॅरा मिलिटरी आणि तत्सम दलातील सेवा देणारे कर्मचारी या एन्ट्री साठी पात्र असणार नाहीत.
परीक्षेचा तपशील आणि प्रक्रिया	1. लेखी परीक्षा 2. प्राथमिक मुलाखत मंडळाद्वारे (PIB) आयोजित स्क्रीनिंग प्रक्रिया TA समूह मुख्यालय (पुणे, कोलकाता, चंदीगड आणि लखनौ) येथे घेतली जाते. 3. SSB मुलाखत. 4. वैद्यकीय आणि पोलीस पडताळणी.
सेवा अटी आणि नियम	1. प्रथम नेमणूक लेफ्टनंट पदावर दिली जाते. 2. जेव्हा प्रशिक्षण आणि लष्करी सेवेसाठी प्रवेश दिला जाईल तेंव्हा वेतन, भत्ते आणि विशेषाधिकार नियमित लष्करी अधिकाऱ्यांप्रमाणेच असतील. 3. लेफ्टनंट कर्नल पर्यंतची पदोन्नती ही टाइम स्केलनुसारच्या अटींच्या पूर्ततेवर अवलंबून आहे. मात्र कर्नल आणि ब्रिगेडियर दर्जाची पदोन्नती निकषांच्या पूर्ततेवर अवलंबून असेल. 4. टीए इन्फंट्रीमध्ये नियुक्त केलेल्या अधिकाऱ्यांना सैन्यदलाच्या आवश्यकतेनुसार दीर्घ कालावधीसाठी सेवा देण्यासाठी बोलावले जाऊ शकते. टीप: सशस्त्र दल/पोलीस/निमलष्करी दलामधील सेवेत असलेले कर्मचारी या एन्ट्री साठी पात्र नाहीत.

प्रशिक्षणाचे स्वरूप

कमिशनच्या पहिल्या वर्षात एक महिन्याचे प्राथमिक प्रशिक्षण पूर्ण करावे लागेल. प्रथम वर्षा बरोबरच दरवर्षी दोन महिने वार्षिक प्रशिक्षण शिबिर पूर्ण करावे लागेल.

पहिल्या दोन वर्षात तीन महिन्यांचे IMA डेहराडून येथे दिले जाणारे पोस्ट कमिशनिंग प्रशिक्षण पूर्ण करावे लागेल.

अर्ज कसा करावा: सर्व इच्छुक नागरी उमेदवार रोजगार वृत्तपत्र किंवा www.indianarmy.gov.in येथून अर्ज मिळवू शकतात/डाउनलोड करु शकतात. ऑनलाइन

अर्ज भरण्यासाठी संक्षिप्त सूचना (IAF (TA)-9 (सुधारित) भाग-1) वेबसाइटवर देण्यात आल्या आहेत.

उमेदवारांनी फक्त www.jointerritorialarmy.gov.in वर ऑनलाइन अर्ज करणे आवश्यक आहे.

निवड प्रक्रिया

ज्या उमेदवारांचे अर्ज योग्य आहेत त्यांना संबंधित TA ग्रुप मुख्यालयात प्राथमिक मुलाखत मंडळाकडून (PIB) स्क्रीनिंगसाठी (लेखी परीक्षा आणि त्यानंतर मुलाखतीसाठी बोलावले जाईल). यशस्वी उमेदवारांना अंतिम निवडीसाठी सर्व्हिस सिलेक्शन बोर्ड (SSB) आणि मेडिकल बोर्ड च्या पायऱ्या पार कराव्या लागतील.

आर्मीच्या गरजेनुसार पुरुष आणि महिला उमेदवारांच्या रिक्त जागा निश्चित केल्या जातील.

TA समूह मुख्यालय

- टीए जीपी मुख्यालय, दक्षिण कमांड - पुणे

- टीए जीपी मुख्यालय, पूर्व कमांड - कोलकाता

- TA GP मुख्यालय, पश्चिम कमांड - चंदीगड

- TA GP मुख्यालय, सेंट्रल कमांड - लखनौ

- Dir DSC, उत्तर कमांड - उधमपूर

मानद अधिकारी

- **कपिल देव** 24 सप्टेंबर 2008 रोजी मानद अधिकारी म्हणून नियुक्त केलेले लेफ्टनंट कर्नल म्हणून प्रादेशिक सैन्यात सामील झाले.

- क्रिकेट आणि नेमबाजीच्या क्षेत्रातील योगदानाबद्दल, अनुक्रमे **महेंद्रसिंग धोनी** PARA (TA) आणि अभिनव बिंद्रा 124 SIKH (TA) ह्यांना (मानद) लेफ्टनंट कर्नल पद बहाल करण्यात आले.

- **सचिन पायलट**, 6 सप्टेंबर 2012 रोजी प्रादेशिक सैन्यात सामील झाले होते. प्रादेशिक सैन्यात नियमित अधिकारी म्हणून नियुक्त झालेले ते पहिले केंद्रीय मंत्री ठरले.

- **डॉ.दीपक राव** (भारतीय लष्करी प्रशिक्षक, शास्त्रज्ञ, लेखक) तसेच अनेक उद्योगपती, राजकारणी आणि प्रतिष्ठित व्यक्ती आजपर्यंत प्रादेशिक सैन्य अधिकारी झाले आहेत.

भारताच्या राष्ट्रपतींसाठी अकरा माननीय ADC अधिकाऱ्यांची नियुक्ती करण्याचा मानही या दलाला मिळाला आहे.

लेखी परीक्षेचा अभ्यासक्रम

पेपर	विषय	वेळ	प्रश्नांची संख्या	मार्क्स
I	भाग 1 - रिजनिंग	2 तास (भाग 1 आणि 2)	50	50
	भाग 2 - प्राथमिक गणित		50	50
II	भाग 1 - सामान्य ज्ञान	2 तास (भाग 1आणि 2)	50	50
	भाग 2 - इंग्रजी		50	50

पात्रता गुण: पेपरच्या प्रत्येक भागात स्वतंत्रपणे किमान 40% गुण आणि एकूण सरासरी 50%

टेरिटोरियल आर्मीमध्ये (TA) अधिकारी म्हणून सामील व्हा (फक्त माजी कमिशन्ड अधिकार्‍यांसाठी)

(फक्त सशस्त्र दलाच्या माजी कमिशन्ड अधिकार्‍यांसाठी)

प्रेरित माजी सैन्य दल अधिकारी जे सध्या इतर व्यवसायात कार्यरत आहेत त्यांना प्रादेशिक लष्कर अधिकारी (गैर विभागीय) म्हणून राष्ट्राची सेवा करण्याची संधी ह्या एन्ट्री अंतर्गत दिल्या जाते. हे माजी अधिकारी त्यांच्या प्राथमिक व्यवसायांचा त्याग न करता देशाशाठी सेवा देऊ शकतात. इतर कोणताही पर्याय तुम्हाला अनुभवांची इतकी विस्तृत कक्षा उपलब्ध करून देत नाही.

1. पात्रतेच्या अटी

a. फक्त माजी सैन्य दल अधिकारी अर्ज करू शकतात.

b. राष्ट्रीयत्व: फक्त भारताचे नागरिक (स्त्री आणि पुरुष).

c. वयोमर्यादा: अर्जाच्या तारखेला १८ ते ४२ वर्षे.

d. शैक्षणिक पात्रता: मान्यताप्राप्त विद्यापीठातून पदवीधर.

e. शारीरिक मापदंड: उमेदवार सर्व बाबतीत शारीरिक आणि वैद्यकीयदृष्ट्या तंदुरुस्त असला पाहिजे.

f. रोजगार: लाभदायक रोजगारात कार्यरत असणे आवश्यक आहे.

सैन्य दलातील गरजेनुसार पुरुष आणि महिला उमेदवारांच्या रिक्त जागा निश्चित केल्या जातील.

टीप: नियमित लष्कर/नौदल/वायुसेना/पोलीस/जीआरईएफ/पॅरा मिलिटरी आणि तत्सम दलातील सेवा देणारे सदस्य पात्र नाहीत.

टीप: विशिष्ट परीक्षेच्या सूचना आणि अभ्यासक्रमाशी संबंधित अधिक तपशीलांसाठी अर्जदारांनी 'www.jointerritorialarmy.gov.in' या वेबसाइटचा वापर करणे अपेक्षित आहे.

5. माजी सेवा अधिकाऱ्यांसाठी परीक्षेसाठी पात्रता: ASB मुलाखतीसाठी अर्ज करणाऱ्या माजी सेवा अधिकाऱ्यांनी मुलाखतीच्या प्रवेशासाठी सर्व पात्रता अटींची पूर्तता केल्याची खात्री करावी. मुलाखतीच्या सर्व टप्प्यांवर त्यांचा प्रवेश विहित पात्रता अटींची पूर्तता केल्यावरही पूर्णपणे तात्पुरता असेल. माजी सेवा अधिकाऱ्यांना मुलाखतीसाठीचे प्रवेश प्रमाणपत्र दिले म्हणजे सक्षम प्राधिकाऱ्याने त्यांची उमेदवारी मंजूर केली आहे असे होत नाही.

6. परीक्षेचा प्रकार: फक्त मुलाखत.

7. अर्ज कसा करावा: तिन्ही सैन्य दलातील सर्व इच्छुक माजी सेवा अधिकारी (केवळ कमिशन्ड ऑफिसर) www.jointerritorialarmy.gov.in वरून अर्ज (IAF (TA)-9 (सुधारित) भाग-1) (विनामूल्य) डाउनलोड करू शकतात आणि फोटोकॉपीसह व रिलीज ऑर्डरची आणि रिलीज मेडिकल बोर्ड कार्यवाहीची छायाप्रत या सह हा अर्ज अतिरिक्त महासंचालनालय टेरिटोरियल आर्मी, संरक्षण मंत्रालयाचे एकात्मिक मुख्यालय, 'एल' ब्लॉक, चर्च रोड, नवी दिल्ली - 110 001 ह्यांना पाठवू शकतात.

नागरी उमेदवारांचे अर्ज स्वीकारले जाणार नाहीत आणि त्यासाठी कोणतीही सूचना देणे बंधनकारक नाही.

8. माजी सैन्यदल अधिका-यांनी नोंद घ्यावी की मुलाखतीची तारीख बदलण्याची कोणतीही विनंती मान्य केली जाणार नाही.

9. पात्र उमेदवारांना कॉल अप लेटर जारी केले जाईल आणि प्रादेशिक लष्कर संचालनालयाद्वारे पोस्टाने पाठवले जाईल.

10. निवड प्रक्रिया:

    a.   अतिरिक्त महासंचालक प्रादेशिक सेना, संरक्षण मंत्रालयाचे एकात्मिक मुख्यालय, 'L' ब्लॉक, चर्च रोड, नवी दिल्ली - 110 001 येथे आयोजित लष्करी मुख्यालय निवड मंडळ (ASB) द्वारे माजी सैन्यदल अधिकाऱ्यांची तपासणी केली जाईल.

b. शिफारस केलेल्या माजी सैन्यदल अधिकाऱ्यांची आर्म्ड फोर्सेस क्लिनिक, नवी दिल्ली येथे वैद्यकीय चाचणी घेतल्या जाईल आणि त्यानंतर अंतिम निवडीसाठी त्यांची पोलीस पडताळणी केली जाईल.

c. सैन्यदलाच्या गरजेनुसार पुरुष आणि महिला उमेदवारांसाठी रिक्त पदे निश्चित केली जातील.

11. प्रशिक्षणाचे स्वरूप:

a. कमिशनच्या पहिल्या वर्षात एक महिन्याचे मूलभूत प्रशिक्षण.

b. पहिल्या वर्षासह दरवर्षी दोन महिने वार्षिक प्रशिक्षण शिबिर

सेवा अटी आणि नियम

a. प्रादेशिक सेना ही अर्धवेळ संकल्पना आहे ज्यामध्ये वर्षातून दोन महिने अनिवार्य प्रशिक्षण असते आणि पूर्णवेळ करिअर नसते.

b. प्रादेशिक सैन्यातील सेवा पेन्शनची हमी देत नाही आणि ती सैन्यदलाच्या गरजेनुसार घेतल्या जाणारी सेवा आहे.

c. लेफ्टनंट पदावर कमिशन दिले जाते.

d. प्रशिक्षण आणि लष्करी सेवेच्या कालावधी मध्ये वेतन आणि भत्ते आणि विशेषाधिकार नियमित लष्करी अधिकाऱ्यांप्रमाणेच असतील.

e. लेफ्टनंट कर्नल पर्यंतच्या पदोन्नती निर्धारित निकषांच्या पूर्ततेच्या अधीन आहेत मात्र कर्नल आणि ब्रिगेडियर या पदोन्नती निवडीच्या निकषांवर आधारित आहेत.

f. इन्फंट्री TA मध्ये नियुक्त केलेल्या अधिकाऱ्यांना आवश्यकतेनुसार दीर्घ कालावधीसाठी लष्करी सेवेसाठी बोलावले जाऊ शकते.

g. पूर्वीच्या सेवेची संबंधित PCDA (O) कडून पडताळणी झाल्यावर त्यांची वेतन आणि पदोन्नतीसाठीची ज्येष्ठता ही आधीच्या तारखेपासून गृहीत धरली जाते.

मिलिटरी नर्सिंग सेवेमध्ये अधिकारी म्हणून सामील व्हा (MNS)

एक पाऊल उचला आणि सैन्य दलामध्ये शॉर्ट सर्विस कमिशन्ड अधिकारी म्हणून मिलिटरी नर्सिंग सर्व्हिस (MNS) मध्ये सामील व्हा.

1. केवळ महिला उमेदवारांकडून 4 वर्षांच्या B.Sc (नर्सिंग) अभ्यासक्रम प्रवेशासाठी अर्ज मागविण्यात येतात. लष्करी रुग्णालयांच्या नर्सिंग कॉलेजमध्ये हा अभ्यासक्रम घेतला जातो. उमेदवारांना नर्सिंग कॉलेजमध्ये प्रवेश हा मेरिट कम निवडीच्या आधारावर आणि प्रत्येक महाविद्यालयातील रिक्त पदांच्या अनुसार दिला जाईल. निवडलेल्या उमेदवाराकडून 5 वर्षांसाठी मिलिटरी नर्सिंग सर्व्हिस (MNS) मध्ये सेवा करण्यासाठी करार/बॉण्ड करून घेतल्या जातो.

2. नर्सिंग प्रशिक्षण (4 वर्षे) यशस्वीरीत्या पूर्ण केल्यावर, उमेदवारांना लष्करी नर्सिंग सेवेमध्ये कायमस्वरूपी शॉर्ट सर्विस कमिशन अंतर्गत अटी व शर्तींनुसार नेमणूक दिली जाते. प्रशिक्षणादरम्यान कोर्समधून माघार घेतल्यास, प्रशिक्षण संपुष्टात आणल्यास किंवा MNS मध्ये नेमणूक स्वीकारण्यास नकार दिल्यास त्यांना केलेल्या बॉण्डनुसार/करारातील अटींनुसार बॉण्डचे पैसे परत करावे लागतील. प्रशिक्षणा दरम्यान त्यांना मोफत रेशन, निवास, गणवेश भत्ता आणि वेळोवेळी सुधारित केल्याप्रमाणे विद्यमान अटी व शर्तींनुसार मासिक वेतन प्रदान केल्या जाते.

    अंदाजित रिक्त पदे आणि विद्यापीठा अंतर्गत येणाऱ्या 6 महाविद्यालयाचा निकाल जाहीर करण्याचा महिना खालील तक्त्यामध्ये दिले आहे.

अनु. क्र.	संस्थेचे नाव	जागांची उपलब्ध संख्या	निकालाच्या घोषणेचा अंदाजित महिना
1	CON, AFMC पुणे	40	ऑगस्ट
2	CON, CH (EC) कोलकाता	30	सप्टें./ऑक्टो.
3	CON, INHS अश्विनी	40	ऑगस्ट
4	CON, AH (R&R) नवी दिल्ली	30	जुलै/ऑगस्ट
5	CON, CH (CC), लखनौ	40	नोव्हेंबर/डिसेंबर
6	CON, CH (AF) बंगलोर	40	जानेवारी/फेब्रुवारी (परीक्षेच्या पुढील वर्षातील)
	एकूण:	220	

3. **पात्रता:**

    a. अविवाहित/घटस्फोटित/कायदेशीररीत्या विभक्त किंवा जबाबदारी नसलेली विधवा महिला उमेदवार

    b. **राष्ट्रीयत्व** - भारतीय.

    c. **वयोमर्यादा** - अधिसूचनेत नमूद केल्या प्रमाणे

    d. **शैक्षणिक पात्रता** - उमेदवार हा मान्यताप्राप्त बोर्ड/विद्यापीठातील बारावी इयत्ता/समकक्ष परीक्षा, एक नियमित विद्यार्थी म्हणून भौतिकशास्त्र, रसायनशास्त्र, जीवशास्त्र (प्राणिशास्त्र/वनस्पतीशास्त्र) आणि इंग्लिश (PCBE) या विषयांमध्ये किमान 50% एकूण गुण (PCBE) सह उत्तीर्ण झालेला असावा. खाजगी रित्या बारावी परीक्षेस बसलेले विद्यार्थी किंवा मुक्त शाळेतील उमेदवार या साठी पात्र नाहीत.

    e. किमान उंची 152 सेमीपेक्षा कमी नसावी (ईशान्य भारतातील उमेदवारांच्या बाबतीत 5 सेमीने शिथिल). गोरखा आणि भारतीय गढवाल आणि

कुमाऊँच्या ईशान्येकडील प्रदेशातील उमेदवारांसाठी 148 सेमी उंची ग्राह्य धरल्या जाईल. भारतीय वैद्यकीय मापदंडाचा तपशील लष्कराच्या

www.joinindianarmy.nic.in/www.indianarmy.gov.in या वेबसाइटवर पाहिला जाऊ शकतो.

f. **अर्ज कसा करावा:** ऑनलाइन अर्ज www.joinindianarmy.nic.in या वेबपेजवर उपलब्ध करून दिला जातो.

4. **निवड प्रक्रिया:**

a. **संगणकाधारित परीक्षा:** पात्र अर्जदारांना एप्रिल महिन्यात होणाऱ्या वस्तुनिष्ठ प्रकारच्या संगणकावर आधारित परीक्षेसाठी बोलावले जाईल. या 150 गुणांच्या परीक्षेचा कालावधी ९० मिनिटांचा असेल.

संगणक आधारित परीक्षेमध्ये खालील गोष्टींचा समावेश असेल:

अनु. क्र.	विषय	प्रश्नांची संख्या	कमाल गुण
1	सामान्य इंग्रजी	50	50
2	सामान्य बुद्धिमत्ता	50	50
3	विज्ञान (जीवशास्त्र, भौतिकशास्त्र आणि रसायनशास्त्र)	50	50

टीप: येथे निगेटिव्ह मार्किंग लागू नाही.

b. **मुलाखत आणि वैद्यकीय परीक्षा:** संगणक आधारित परीक्षेत पात्र ठरलेल्या उमेदवारांना मुलाखत आणि वैद्यकीय परीक्षेसाठी निवडक केंद्रांवर बोलावले जाते. मुलाखतीला जास्तीत जास्त 100 गुण असतात. वैद्यकीय तपासणीत FIT/UNFIT घोषित केलेल्या उमेदवारांना त्यांच्या वैद्यकीय स्थितीबद्दल, सिलेक्शन मेडिकल बोर्डच्या (SMB) अध्यक्षाद्वारे अपील रिव्ह्यू मेडिकल बोर्ड कडे विनंती करण्याच्या प्रक्रियेबाबत सूचित केले जाते. अंतिम निवड संगणक आधारित परीक्षा आणि मुलाखतीच्या एकत्रित गुणवत्तेवर आधारित असते मात्र ही निवड उमेदवाराचे मेडिकल फिटनेस, रिक्त जागा आणि निवडलेले महाविद्यालय यावर अवलंबून असेल.

c. **जागांचे आरक्षण:** सध्याच्या धोरणानुसार बीएससी (एन) अभ्यासक्रमाच्या प्रवेशासाठी जागांचे आरक्षण खालीलप्रमाणे आहे:-

    i. SC/ST उमेदवार: 15 जागा

    ii. 'C' प्रमाणपत्रे असलेले NCC उमेदवार: 25 जागा

राखीव जागा SC/ST/NCC 'C' उमेदवारांनी त्यांच्या सामान्य गुणवत्ता यादीतील स्थानाच्या आधारावर सुरक्षित केलेल्या कोणत्याही रिक्त पदांव्यतिरिक्त असतात. ज्या आरक्षित रिक्त जागांसाठी SC/ST/NCC 'C' उमेदवार उपलब्ध नाहीत; त्या जागा सामान्य गुणवत्ता यादीतील उमेदवारांद्वारे भरल्या जातात. आवश्यकतेनुसार दरवर्षी रिक्त पदांची संख्या बदलते.

शॉर्ट सर्व्हिस कमिशन मधून आर्मी डेंटल कॉर्प्समध्ये सामील व्हा (ADC)

शॉर्ट सर्व्हिस कमिशन्ड (एस एस सी) अधिकारी म्हणून आर्मी डेंटल कॉर्प्स मध्ये सामील व्हा

1. परिचय:

आर्मी डेंटल कॉर्प्समध्ये शॉर्ट सर्व्हिस कमिशन (SSC) अधिकारी म्हणून नेमणुकी साठी भारतीय नागरिक

स्त्री आणि पुरुष उमेदवारज्यांनी त्यांची अंतिम BDS परीक्षा उत्तीर्ण केली आहे आणि अनिवार्य रोटरी इंटर्नशिप पूर्ण केली आहे अशांकडून अर्ज मागविण्यात येतात. पदव्युत्तर पदवी (MDS) प्राप्त केलेले उमेदवार देखील या साठी अर्ज करू शकतात.

2. रिक्त जागा:

इच्छुक नागरी दंत शल्य चिकित्सकांसाठी शॉर्ट सर्व्हिस कमिशन (SSC) अधिकारी म्हणून प्रत्येक वर्षी अंदाजे 30-50 रिक्त पदे उपलब्ध आहेत.

3. पात्रता निकष:

खालील पात्रता निकष लागू होतील.

- a. उमेदवार हा भारताचा नागरिक असणे आवश्यक आहे. मेदवारांनी एक वर्षाची अनिवार्य रोटेटर इंटर्नशिप पूर्ण केलेली असावी.

- b. **वयोमर्यादा:** SSC साठी कमाल अनुज्ञेय वय 45 वर्षे असेल.

- c. आर्मी डेंटल कॉर्प्समधील शॉर्ट सर्व्हिस कमिशन साठी अर्ज करण्यासाठी उमेदवाराने दंत परिषद ऑफ इंडिया (DCI) द्वारे मान्यताप्राप्त कॉलेज/

विद्यापीठातील BDS/MDS संबंधित बॅच किंवा वर्षामध्ये उत्तीर्ण केलेले असावे. तसेच उमेदवाराने कोणत्याही राज्य दंत परिषदेकडे नोंदणीकृत दंत चिकित्सक म्हणून स्वतःची नोंदणी केलेली असणे आवश्यक आहे.

उमेदवारांनी अंतिम वर्षाच्या बीडीएस मध्ये सर्व विषयात मिळून एकूण किमान 55% गुण मिळवलेले असावेत/उमेदवाराने MDS पूर्ण केलेले असावे.

d. उमेदवारांनी एक वर्षाची अनिवार्य रोटेटर इंटर्नशिप पूर्ण केलेली असावी. ही इंटर्नशिप अपूर्ण असल्यास त्या बाबतचे कोणतेही समर्थन स्वीकारले जाणार नाही.

e. उमेदवाराकडे राज्य दंत परिषद/DCI चे वैध कायमस्वरूपी किंवा तात्पुरते दंत नोंदणी प्रमाणपत्र असावे.

f. उमेदवाराने नॅशनल बोर्ड ऑफ एक्झामिनेशन्स (NBE), नवी दिल्ली द्वारे आयोजित राष्ट्रीय पात्रता-सह-प्रवेश परीक्षा, NEET (MDS), दिलेली असणे आवश्यक आहे.

g. सेना वैद्यकीय सेवांमधील सेवेसाठी वैद्यकीय मंडळाने वैद्यकीयदृष्ट्या योग्य असल्याचे घोषित केले पाहिजे (परिच्छेद 18 पहा).

टीप: फक्त तेच उमेदवार (BDS/MDS) जे आरोग्य आणि कुटुंब कल्याण मंत्रालयाच्या अधिपत्याखाली राष्ट्रीय परीक्षा मंडळ (NBE), नवी दिल्ली द्वारे आयोजित राष्ट्रीय पात्रता-सह-प्रवेश परीक्षा, NEET (MDS) मध्ये NBE च्या विविध परीक्षा केंद्रांवर परीक्षेसाठी बसले आहेत; अर्ज करण्यास पात्र आहेत.

टीप: दरवर्षी अग्रगण्य वर्तमानपत्रांमध्ये/रोजगार बातम्यांमध्ये प्रकाशित होणाऱ्या जाहिरातींमध्ये सादर करावयाच्या प्रमाणपत्रे/कागदपत्रे/एपीएफच्या यादीची तपशीलवार माहिती पहा.

टीप: उमेदवारांनी www.joinindianarmy.nic.in वर लॉगइन करून 'ऑफिसर्स सिलेक्शन' अंतर्गत 'आर्मी डेंटल कॉर्प्स' हा पर्याय निवडा किंवा खालील लिंक www.joinindianarmy.nic.in/dental/eligibility वापरा आणि ऑनलाइन अर्ज सबमिट करा. (फक्त ऑनलाइन अर्ज स्वीकारले जातील).

आर्मी डेंटल कॉर्प्ससाठी कट ऑफ स्कोअर: भारतीय सैन्याने शॉर्ट सर्व्हिस कमिशनच्या पदावर भरतीसाठी आर्मी डेंटल कॉर्प्सच्या मुलाखतीसाठी शॉर्ट लिस्ट केलेल्या उमेदवारांची यादी प्रसिद्ध केली आहे. NEET MDS चा कट ऑफ स्कोअर (960 पैकी 509) आहे.

निवड प्रक्रिया

मुलाखतीसाठी बोलावण्यासाठी स्क्रीनिंग: मुलाखतीसाठी उमेदवार आरोग्य आणि कुटुंब कल्याण मंत्रालय यांच्या अधिपत्याखालील राष्ट्रीय परीक्षा मंडळ (NBE), नवी दिल्ली, द्वारे आयोजित नॅशनल पात्रता-सह-प्रवेश परीक्षा, NEET (MDS)मध्ये मिळालेल्या गुणांच्या आधारे शॉर्टलिस्ट केले जातात. उमेदवारांच्या स्क्रिनिंग साठी तयार करण्यात आलेल्या यादीनुसार 1:10 च्या प्रमाणात उमेदवारांना मुलाखतीसाठी बोलावण्यात येईल.

वैद्यकीय परीक्षा: गुणवत्ता यादीत तात्पुरते स्थान मिळविलेल्या सर्व उमेदवारांची वैद्यकीय तंदुरुस्ती निश्चित करण्यासाठी तपशीलवार वैद्यकीय तपासणी केल्या जाते. या बाबत वैद्यकीय मंडळाचा निर्णय अंतिम असतो.

मुलाखत: शॉर्टलिस्ट केलेल्या उमेदवारांना निवड मंडळ, नवी दिल्ली या ठिकाणी मुलाखतीसाठी उपस्थित राहण्यासाठी बोलावले जाते.

निवड मंडळाने एडी कॉर्प्स साठी शिफारस केलेल्या उमेदवारांना कॅप्टन पदावर नेमणूक दिली जाते.

एकत्रित वैद्यकीय सेवा परीक्षा (CMSE)

UPSC CMS (एकत्रित वैद्यकीय सेवा परीक्षा) केंद्रीय लोकसेवा आयोगामार्फत वैद्यकीय अधिकारी आणि इतर वैद्यकीय पदांच्या भरतीसाठी खालीलप्रमाणे विविध सेवांमध्ये भरती केली जाते. खालील पदांसाठी रिक्त जागा (यात आवश्यकतेनुसार बदल होऊ शकतो) ची भरती प्रक्रिया आरोग्य आणि कुटुंब कल्याण मंत्रालयाने (आरोग्य विभाग) प्रकाशित केलेल्या नियमांतर्गत येते.

- रेल्वेतील सहाय्यक विभागीय वैद्यकीय अधिकारी.

- भारतीय आयुध निर्माणी आरोग्य सेवांमध्ये सहाय्यक वैद्यकीय अधिकारी

- केंद्रीय आरोग्य सेवांमध्ये कनिष्ठ स्तरावरील पदे

- पूर्व दिल्ली महानगरपालिका, उत्तर दिल्ली महानगरपालिका आणि दक्षिण दिल्ली महानगरपालिकेतील सामान्य कर्तव्य वैद्यकीय अधिकारी Gr-II

- नवी दिल्ली नगरपरिषदेतील सामान्य कर्तव्य वैद्यकीय अधिकारी.

पात्रता

i. **वयोमर्यादा:** या परीक्षेसाठी उमेदवाराचे वय 1 जानेवारी रोजी 32 वर्षे पूर्ण झालेले नसावे.

ii. **शैक्षणिक पात्रता:** M.B.B.S उत्तीर्ण झालेले उमेदवार परीक्षेसाठी अर्ज करण्यास पात्र आहेत. M.B.B.S च्या अंतिम वर्षाला असलेले उमेदवार देखील अर्ज करू शकतात. ज्या उमेदवारांनी इंटर्नशिप पूर्ण केली नाही ते देखील अर्ज करू शकतात परंतु निवड झाल्यानंतर त्याने अनिवार्य रोटेटिंग इंटर्नशिप पूर्ण केल्यानंतरच त्याची नियुक्ती केली जाईल.

सूचनाः अर्ज केवळ "www.upsc.gov.in." या वेबसाइटवर ऑनलाइन स्वीकारले जातील. इच्छुकांनी या वेबसाइटचा आणि रोजगाराच्या बातम्यांचा विशिष्ट परीक्षेच्या सूचनांसाठी नियमित वापर करणे अपेक्षित आहे.

परीक्षाः परिक्षा पद्धतीः भाग I (500) गुण

a. **संगणक आधारित परीक्षा (250 गुण):** उमेदवारास संगणकावर आधारित परीक्षा दोन पेपरमध्ये द्यावी लागेल. यातील प्रत्येक पेपर जास्तीत जास्त 250 गुणांचा असेल. प्रत्येक पेपरचा कालावधी दोन तासांचा असेल.

पेपर I (कोड क्रमांक 1)	कमाल गुण: 250
सामान्य क्षमता	30 प्रश्न
सामान्य औषध	70 प्रश्न
बालरोग	20 प्रश्न
एकूण	120 प्रश्न

पेपर I चा अभ्यासक्रम

a. **सामान्य क्षमता:** General Ability

   i. भारतीय समाज, वारसा आणि संस्कृती, राजकारण, अर्थव्यवस्था, मानव विकास निर्देशांक आणि विकास कार्यक्रम

   ii. नैसर्गिक संसाधने, त्यांचे वितरण, शोधन, संवर्धन आणि संबंधित समस्या

   iii. इकोलॉजी आणि पर्यावरणाच्या मूलभूत संकल्पना आणि त्यांचा प्रभाव, आरोग्य आणि अर्थव्यवस्था

   iv. बदलत्या लोकसंख्याशास्त्रीय ट्रेंडचा आरोग्य, पर्यावरणावर होणारा परिणाम आणि समाज

   v. भारतीय कृषी, उद्योग व्यापार, वाहतूक आणि सेवा क्षेत्र

   vi. अन्न आणि भेसळ, अन्न प्रक्रिया, अन्न वितरण, अन्न स्टोरेज आणि सार्वजनिक आरोग्याशी असलेला त्यांचा संबंध

   vii. विज्ञान आणि तंत्रज्ञानातील अलीकडील ट्रेंड.

b. **सामान्य औषधे: General Medicines:** कार्डिओलॉजी, श्वसन रोग, गॅस्ट्रो-इंटेस्टाइनल, जेनिटो-युरिनरी, न्यूरोलॉजी, हेमॅटोलॉजी, एंडोक्राइनोलॉजी, मेटाबॉलिक डिसऑर्डर, संक्रमण/संसर्गजन्य रोग, पोषण/वाढ, त्वचाविज्ञान, मस्कुलोस्केलेटल प्रणाली, सामान्य मानसोपचार.

c. **बालरोग: Pediatrics**

पेपर II (कोड क्रमांक 2)	कमाल गुण: 250
शस्त्रक्रिया	40 प्रश्न
स्त्रीरोग आणि प्रसूतीशास्त्र	40 प्रश्न
प्रतिबंधात्मक आणि सामाजिक औषध	40 प्रश्न
एकूण	120 प्रश्न

पेपर II चा अभ्यासक्रम

a. **शस्त्रक्रिया:** (ईएनटी, नेत्रविज्ञान, आघातविज्ञान आणि ऑर्थोपेडिक्स, सामान्य शस्त्रक्रिया, यूरोलॉजिकल सर्जरी, न्यूरो, ईएनटी, थोरॅसिस, नेत्ररोग, भूलशास्त्र यासह).

b. **स्त्रीरोग आणि प्रसूती:** (प्रसूतिशास्त्र, स्त्रीरोग आणि कुटुंब नियोजन).

c. **प्रतिबंधात्मक सामाजिक आणि सामुदायिक औषध**

भाग दुसरा: व्यक्तिमत्व चाचणी: (100 गुण): संगणकावर आधारित परीक्षेच्या निकालात पात्र ठरलेल्या उमेदवारांची 100 गुणांची व्यक्तिमत्व चाचणी घेतली जाते. यात यशस्वी उमेदवारांना मुलाखत/व्यक्तिमत्व चाचणीसाठी बोलावले जाते.

CMS परीक्षेच्या शेवटी शिफारस केलेले उमेदवारांचे लेखी परीक्षेत मंजूर केलेले किमान पात्रता गुण* खालील प्रमाणे आहेत.

श्रेणी	Gen	OBC	SC	ST	PH-I
A (2015) 500 पैकी गुण (अंदाजे)	220	180	175	151	82
B (2015) 600 पैकी गुण (अंदाजे)	305	285	260	230	128
A (2016) 500 पैकी गुण (अंदाजे)	229	194	193	168	78
B (2016) 600 पैकी गुण (अंदाजे)	310	286	266	244	154
A (2017) 500 पैकी गुण (अंदाजे)	261	222	235	223	101
B (2017) 600 पैकी गुण (अंदाजे)	339	308	321	290	195
A (2018) 500 पैकी गुण (अंदाजे)	253	222	246	219	153
B (2018) 600 पैकी गुण (अंदाजे)	325	296	364	278	206
A (2019) 500 पैकी गुण (अंदाजे)	224	183	192	159	126
B (2019) 600 पैकी गुण (अंदाजे)	306	268	271	225	220

वरील तक्त्यामधील* Gen, OBC, SC आणि ST साठी प्रत्येक पेपरमध्ये किमान 30% आणि PH-I साठी प्रत्येक पेपरमध्ये 15-20% मार्क्स असणे आवश्यक आहे.

वरील तक्त्यामध्ये दर्शविलेले A आणि B म्हणजे:

    a. CMS परिक्षेत लिखित भागामध्ये मंजूर केलेले किमान पात्रता गुण

    b. CMS परीक्षेच्या शेवटी शिफारस केलेल्या उमेदवाराने मिळवलेले गुण

C. नेव्ही/नौदल (INDIAN NAVY)

उच्चभ्रू जीवनशैली हवी आहे तर मग नौदलात सामील व्हा (JOIN THE ELITE – LIFE WITHOUT LIMITS)

प्रवेशाचे प्रकार	पात्रता	वयोमर्यादा (वर्षे)
कार्यकारी शाखा (कायम नेमणूक)		
कॅडेट एन्ट्री (एनडीए)	10+2 फिजिक्स आणि मॅथेमॅटिकस सह	16.5–19
कॅडेट एंट्री (एनडीए) नेव्हल अकादमी, यूपीएससी	10+2 फिजिक्स आणि मॅथेमॅटिकस सह	16.5–19
ग्रॅज्युएट स्पेशल एंट्री नेव्हल अकादमी (CDSE)	बी. एस्सी. फिजिक्स आणि मॅथेमॅटिकस सह किंवा बी.ई.	19-22
एनसीसी विशेष प्रवेश	बी. एस्सी. फिजिक्स आणि मॅथेमॅटिकस सह किंवा बी.ई., एनसीसी नेव्हल विंग वरिष्ठ विभागाच्या 'सी' प्रमाणपत्रासह	19-24
नौदल शस्त्रास्त्र तपासणी संवर्गात थेट प्रवेश	मेकॅनिकल इंजिनिअरिंग मध्ये बी.ई./बी.टेक./किंवा इलेक्ट्रॉनिक्स/इलेक्ट्रिकल किंवा पोस्ट इलेक्ट्रिक/ फिजिक्स मधील पोस्ट ग्रॅजुएट पदवी.	19.5-25
कायदा संवर्गात थेट प्रवेश	वकील कायदा 1961 अंतर्गत कायद्यातील पदवी किमान 55% सह	22-27

प्रवेशाचे प्रकार	पात्रता	वयोमर्यादा (वर्षे)
अभियांत्रिकी/विद्युत शाखा (कायम नेमणूक)		
डायरेक्ट एन्ट्री (10+2 tech)	10+2 किंवा एकूण PCM 70% गुणांसह समकक्ष	16.5-19
विद्यापीठ प्रवेश योजना (UES)	इलेक्ट्रिकल/इलेक्ट्रॉनिक्स/पॉवर/इंस्टुमेंटेशन कंट्रोल/टेलिकम्युनिकेशन अँड पॉवर सिस्टिम इंजिनिअरिंग मध्ये पदवी. 6 व्या सेमिस्टर पर्यंत 60% गुणांसह	19.5-24
शॉर्ट सर्विस कमिशन		
कायदा संवर्ग (स्त्री आणि पुरुष)	वकील कायदा 1961 अंतर्गत कायद्यातील पदवी किमान 55% गुणांसह	22-27
ATC	फिजिक्स/मॅथेमॅटिकस/Elect. सह प्रथम श्रेणीतील विज्ञान पदवीधर. किमान 55% सह	19.5-25
QW`सामान्य सेवा	बीएससी/एमएससी किमान 55% सह (फिजिक्स आणि मॅथेमॅटिकस दोन्ही विषयांसह) किंवा बी.ई./बी. टेक. किमान 55% सह	19.5-25
हायड्रो कॅडर	बीएससी/एमएससी किमान 55% सह (फिजिक्स आणि मॅथेमॅटिकस दोन्ही विषयांसह) किंवा बी.ई./बी. टेक. किमान 55% सह	19.5-25
लॉजिस्टिक कॅडर (स्त्री आणि पुरुष)	बीए (अर्थशास्त्रा)/बी. कॉम/बीसीए/एमसीए/बीई/बीटेक/बीबीए/बीबीएम/बीएससी (IT) किमान 60% सह	19.5-25
एव्हिएशन (पायलट) कॅडर	पदवीधर मॅथेमॅटिकस आणि फिजिक्स सह 10+2 मध्ये 60%	19.5-23
एव्हिएशन (ऑबझर्व्हर) कॅडर	पदवीधर मॅथेमॅटिकस आणि फिजिक्स सह 10+2 मध्ये 60%	19.5-23

टीप: इच्छुकांनी नौदलाशी संबंधित वेबसाइटचा आणि रोजगाराच्या बातम्यांचा/प्रमुख वर्तमानपत्रांचा विशिष्ट परीक्षेच्या सूचनांसाठी नियमित वापर करणे अपेक्षित आहे.

भारतीय नौदलात अधिकारी बनण्यासाठी आवश्यक सामान्य माहिती

आजच्या जगात, तुमच्यासाठी बँकिंग, संगणक, कॉर्पोरेट व्यवस्थापन, नागरी सेवा इ. मधील जलद प्रगतीच्या नोकऱ्या मधून निवड करण्याच्या अनेक शक्यता आहेत. तुमचे पर्याय तपासत असताना, तुम्ही आव्हानाच्या शोधात आहात तर मग तुम्हाला आवश्यक आहे अशी एक आव्हानात्मक नौकरी शोधणे जी तुमची प्रगती तर करेलच त्याच बरोबर कामामध्ये विविधता आणि उत्साह प्रदान करणारी नोकरी असेल. जर तुम्ही तरुण आणि हुशार आहात, नुकतेच शाळा किंवा विद्यापीठातून बाहेर पडला आहात, तुम्हाला अनेक वैयक्तिक छंद आहेत, तुम्ही कठोर परिश्रम करण्यास तयार आहात आणि फक्त मोबदला देणाऱ्या पगारापेक्षा तुमच्या करिअरकडून कितीतरी जास्त अपेक्षा आहेत? तर मग आपण भारतीय नौदलातील अधिकारी बनण्याचा विचार केला आहे का? भारतीय नौदल तुम्हाला असे सर्व प्रशिक्षण देते ज्यामध्ये तुमची प्रतिभा, तुमची कौशल्ये, तुमचा उत्साह आणि तुमच्या आकांक्षा यांना पैलू पाडून तुमच्या मधील सर्वोत्तम ते घडविते. नौदल तुम्हाला रोमांचक करिअर सोबतच मोठ्या प्रमाणावर प्रवास करण्याची, नवीन लोकांना भेटण्याची संधी देते. ज्यामुळे जीवनातील सौहार्दाचा पुरेपूर आनंद तुम्ही घेऊ शकता आणि हीच या करिअर मधील खासियत आहे.

निवड आणि प्रवेश

अधिकारी भरतीची जाहिरात ही सर्व महत्त्वाची राष्ट्रीय आणि प्रादेशिक वर्तमानपत्रे/ दैनिक आणि एम्प्लॉयमेंट न्यूजच्या माध्यमातून दिली जाते.

स्थायी आयोगासाठी निवड ही 10+2 NDA/इंडियन नेव्हल अकादमी कॅडेट प्रवेश आणि सीडीएसई (पदवी) प्रवेश द्वारे UPSC तर्फे आयोजित लेखी परीक्षा आणि त्यानंतर सेवा निवड मंडळ (SSB) कडून घेतली जाणारी मुलाखत या आधारे केली जाते. इतर सर्व स्थायी आयोगासाठीची एन्ट्री आणि शॉर्ट सर्व्हिस कमिशनच्या एन्ट्री साठी कोणतीही लेखी परीक्षा घेतली जात नाही. अर्ज हे नौदल मुख्यालय, मनुष्यबळ नियोजन संचालनालयाने निश्चित केलेल्या निकषांनुसार शॉर्ट लिस्ट केले जातात आणि निवड ही केवळ गुणवत्तेच्या (मेरिट) आधारावरच केली जाते.

नौदल अधिकारी होण्यासाठीच्या विविध एन्ट्री चे खालील प्रकार आहेत.

A. कार्यकारी अधिकारी (EXECUTIVE OFFICER)

B. अभियांत्रिकी अधिकारी (ENGINEERING OFFICER)

C. विद्युत अधिकारी (ELECTRICAL OFFICER)

D. वैद्यकीय अधिकारी (MEDICAL OFFICER)

E. नौदल महिला प्रवेश (NAVAL WOMEN ENTRY)

नौदल अधिकारी: विविध एन्ट्री: कार्यकारी अधिकारी (Executive Officer)

एक्झिक्युटिव्ह ब्रँचचा अधिकारी या नात्याने जहाजे, पाणबुड्या आणि विमाने या अधिकाऱ्याच्या अधिपत्याखाली येतात.

कायदा, हवाई वाहतूक नियंत्रण, नौदल शस्त्रास्त्र तपासणी, माहिती तंत्रज्ञान आणि लॉजिस्टिक कार्यकारी शाखेचा भाग असलेले इतर संवर्ग आहेत. कार्यकारी अधिकारी खालील पैकी कोणत्याही विषयात प्राविण्य मिळवू शकतो.

a) सामान्य सेवा अधिकारी (GENERAL SERVICE OFFICER)

एक कार्यकारी अधिकारी म्हणून, तुम्ही जहाजावर काम कराल आणि जहाजासाठी लढाही द्याल. याचा अर्थ तुम्ही जहाजाचे व्यवस्थापन करणाऱ्या आणि सामरिक युद्धाचे साधन म्हणून जहाज वापरणाऱ्या प्रणालीचा एक महत्त्वाचा भाग असाल. कार्यकारी अधिकाऱ्यांना पाणबुडीविरोधी युद्ध, नेव्हिगेशन, कम्युनिकेशन्स, तोफखाना, लॉजिस्टिक, डायव्हिंग आणि हायड्रोग्राफी यांसारख्या स्पेशलायझेशनमध्येही प्रशिक्षण दिले जाते.

b) हायड्रोग्राफिक अधिकारी

कार्यकारी अधिकारी हायड्रोग्राफीमध्ये प्राविण्य मिळवू शकतात. भारतीय नौदल आणि जगभरातील इतर नौदलांद्वारे वापरल्या जाणाऱ्या नॉटिकल चार्ट तयार करण्यासाठी आवश्यक माहिती संकलित करण्याची जबाबदारी हायड्रोग्राफिक अधिकाऱ्याची असते.

c) नौदल शस्त्रास्त्र तपासणी अधिकारी (NAVAL ARMAMENT INSPECTION OFFICER)

हे तज्ज्ञ अधिकारी विविध एजन्सींकडून नौदलाला पुरवल्या जाणाऱ्या शस्त्रास्त्रांची तपासणी करतात. ते नौदल शस्त्रास्त्रे आणि स्टोअर्सची गुणवत्ता, सुरक्षितता आणि विश्वासार्हता सुनिश्चित करत असतानाच स्वदेशीकरणासाठी फायदेशीर ठरणाऱ्या देशांतर्गत संशोधन आणि विकासासाठी देखील जबाबदार आहेत.

d) प्रोव्हॉस्ट अधिकारी (PROVOST OFFICER)

नौदलाच्या पोलिसिंग, नियामक आणि सुरक्षा आणि सतर्कतेच्या गरजा हाताळण्यासाठी प्रोव्हॉस्ट अधिका-यांचे एक वेगळे केडर अस्तित्वात आहे.

e) पायलट अधिकारी

नौदलाचे बहुतेक वैमानिक जहाजावरून उड्डाण करू शकणारे हेलिकॉप्टर आणि किनाऱ्यावरून उडू शकणारे सागरी विमाने उडवतात, तर काही अनुभवी वैमानिक सी हॅरियर किंवा मिग 29K सारखी लढाऊ विमाने देखील उडवतात.

f) निरीक्षक अधिकारी

नौदलाला सागरी युद्धाचे हवाई समन्वयक म्हणून काम करणारे निरीक्षक म्हणून ज्यांना आकाशाबद्दलची नितांत ओढ आहे अशा अधिकाऱ्यांची गरज असते. निरीक्षक अधिकारी सोनिक्स, सोनार, रडार आणि दळणवळण उपकरणांसह विविध अत्याधुनिक उपकरणे चालवतात.

g) पाणबुडी अधिकारी

जर तुम्हाला नवनवीन आव्हाने पेलणे आवडत असेल तर आणि तुम्ही वैद्यकीय मापदंडांमध्ये बसत असाल तर पाणबुडी अधिकारी बनणे ही तुमच्यासाठी एक विशेष संधी आहे. या नवीन हाय-टेक वॉर मशीन्समध्ये अप्रतिम फायर पॉवर आहे, अत्याधुनिक कला, शस्त्र नियंत्रण प्रणाली, संगणक नियंत्रित यंत्रसामग्री आणि राहण्यायोग्य उच्च दर्जाच्या सुविधा आहेत.

विशाखापट्टणम येथे होणारे कठीण प्रशिक्षण यशस्वीरित्या पूर्ण केल्यास तुम्ही नौदलातील अतिशय मानाचे समजले जाणारे 'डॉल्फिन बॅज' अभिमानाने धारण करू शकता.

h) डायव्हिंग अधिकारी

पाण्याखालील तपासणी आणि जहाजांची दुरुस्ती तसेच भारतीय नौदलाच्या सागरी मालमत्तेचे संरक्षण करण्याची जबाबदारी डायव्हिंग ऑफिसरची असते.

i) कायदा अधिकारी (LAW OFFICER)

नौदलाच्या कायदेशीर गरजा पूर्ण करण्यासाठी कायदे अधिकाऱ्यांचे एक वेगळे कॅडर देखील अस्तित्वात आहे. शॉर्ट सर्विस कमिशन्ड तसेच कायम नेमणूक असलेले अधिकारीही या कॅडर मध्ये काम करतात.

j) लॉजिस्टिक अधिकारी

समुद्रात किंवा किना-यावर जहाजाच्या तांत्रिक आणि मानव संसाधन संघटनामध्ये लॉजिस्टिक ऑफिसरची भूमिका अतिशय महत्वाची असते. दबावाच्या परिस्थितीमध्येही काम करण्याची विशेष व्यवस्थापकीय कौशल्ये या अधिकाऱ्यांच्या अंगी असावी लागतात.

k) माहिती तंत्रज्ञान

भारतीय नौदल आयटी क्षेत्रात उत्तम करिअरच्या संधी उपलब्ध करून देते. आयटी अधिकाऱ्याच्या कर्तव्याच्या यादी मध्ये पुढील गोष्टींचा समावेश आहे:

- a. एंटरप्राइझ वाइड नेटवर्किंग आणि सॉफ्टवेअर विकसन प्रकल्पांची अंमलबजावणी
- b. क्रिटिकल नेव्हल नेटवर्क्स आणि सॉफ्टवेअर ॲप्लिकेशन्सचे व्यवस्थापन.
- c. किनारा आणि ऑन-बोर्ड नेटवर्कचे प्रशासन.
- d. सायबर सुरक्षा उत्पादनांच्या संदर्भातील विकसन प्रकल्प

खाली दिलेल्या तक्त्यामध्ये भारतीय नौदलाच्या कार्यकारी आणि लॉजिस्टिक शाखेच्या विविध प्रकारच्या एन्ट्रीची माहिती देण्यात आली आहे.

प्रवेशाचा प्रकार	अविवाहित पुरुष/स्त्रिया	वयोमर्यादा	शैक्षणिक पात्रता
एक्झिक्युटिव्ह ब्रांच			
राष्ट्रीय संरक्षण प्रबोधिनी (NDA) (UPSC द्वारे)	पुरुष	16½ - 19	10+2 किंवा समकक्ष फिजिक्स आणि मॅथ्स सह
(10+2) इंडियन नेव्हल अकादमी, एझिमाला (UPSC द्वारे)	पुरुष	16.5 - 19	10+2 किंवा समकक्ष फिजिक्स आणि मॅथ्स सह
ग्रॅज्युएट स्पेशल एंट्री स्कीम (GSES) इंडियन नेव्हल अकादमी, एझिमाला (UPSC द्वारे)	पुरुष	19-22	बी. एस्सी. (फिजिक्स आणि मॅथ्स) किंवा बी. ई.
एनसीसी स्पेशल एंट्री NCC इंडियन नेव्हल अकादमी, एझिमाला	पुरुष	19-24	बी. एस्सी. (फिजिक्स आणि मॅथ्स) किंवा बी. ई. नेव्हल विंग सीनियर डिव्हिजन एनसीसी 'सी' प्रमाणपत्र सह
पीसी नौदल शस्त्रास्त्र तपासणी केंद्र NAVAL ARMAMENT INSPECTION CENTRE	पुरुष	19.5-25	इलेक्ट्रॉनिक्स/इलेक्ट्रिकल/ मेकॅनिकल. इंजिनिअर मधील बी. ई. /बी. टेक पदवी किंवा इलेक्ट्रॉनिक्स किंवा फिजिक्स मधील पदव्युत्तर पदवी.
पीसी कायदा कॅडर PC LAW GRADUATE	पुरुष	22-27	ऍडव्होकेट्स ऍक्ट 1961 अंतर्गत वकील म्हणून नावनोंदणीसाठी पात्र ठरणारी कायद्यातील पदवी किमान 55% गुणांसह.

प्रवेशाचा प्रकार	अविवाहित पुरुष/ स्त्रिया	वयोमर्यादा	शैक्षणिक पात्रता
पीसी लॉजिस्टिक्स	पुरुष	19.5-25	बी. कॉम/एम. कॉम. /एम. ए (अर्थशास्त्र)/बीए (अर्थशास्त्र)/ एमबीए/बीबीए/बीबीएम/एमसीए/ बी. सीए., बी. एससी (IT)/ बी. टेक./बी. ई. (सिव्हिल सह कोणतीही अभियांत्रिकी शाखा)/बी. आर्किटेक्चर/चार्टर्ड अकाउंटंट/ या विषयांमधील मान्यताप्राप्त विद्यापीठाकडून प्राप्त प्रथम वर्गातील पदवी किमान 60 % गुणांसह तसेच मटेरियल मॅनेजमेंट मधील पदव्युत्तर पदवी किमान 60 % गुणांसह
एसएससी एक्झिक्युटिव्ह जनरल सर्विस	पुरुष	19.5-25	बी. टेक. /बी. ई. (कोणतीही शाखा) किमान 60 % गुणांसह.
एसएससी हायड्रोग्राफी	पुरुष	19.5-25	बी. एससी. एम. एससी. (फिजिक्स आणि मॅथ्स)किमान ५५% गुणांसह कोणत्याही शाखेतील बी. ई. /बी. टेक. किमान ५५% गुणांसह तसेच एनसीसी नेव्हल विंग 'सी' प्रमाणपत्र धारक ऑप. रिसर्च मध्ये पदवीधर/पदव्युत्तर पदवी किमान 75% गुणांसह गणित विषयात पदवीधर/पदव्युत्तर पदवी प्रोबॉबिलिटी किंवा स्टॅटिस्टिक विषयांसह किमान 75% गुणांसह

प्रवेशाचा प्रकार	अविवाहित पुरुष/ स्त्रिया	वयोमर्यादा	शैक्षणिक पात्रता
एसएससी - एटीसी	स्त्री आणि पुरुष*	19.5-25	फिजिक्स आणि मॅथ्स/इलेक्ट्रॉनिक्ससह प्रथम श्रेणी विज्ञान पदवीधर किंवा एम. एससी. फिजिक्स आणि मॅथ्स/इलेक्ट्रॉनिक्ससह किमान ५५% गुणांसह.
एसएससी कायदा कॅडर SSC LAW CADRE	स्त्री आणि पुरुष*	22-27	ॲडव्होकेट्स ॲक्ट 1961 अंतर्गत वकील म्हणून नावनोंदणीसाठी पात्र ठरणारी कायद्यातील पदवी किमान 55% गुणांसह.
एसएससी लॉजिस्टिक कॅडर	स्त्री आणि पुरुष*	19.5-25	बी. कॉम/बीए (अर्थशास्त्र)/एमसीए/बी. सीए, बी. एससी (IT) केटरिंग टेक्नॉलॉजी/बी. टेक./बी. ई. (मेकॅनिकल, मरीन, इलेक्ट्रिकल/इलेक्ट्रॉनिक्स/सिव्हिल/कॉम्पुटर/आई. टी.)/बी. आर्किटेक्चर/चार्टर्ड अकाउंटंट या विषयांमधील मान्यताप्राप्त विद्यापीठाकडून प्राप्त प्रथम वर्गातील पदवी किमान 60 % गुणांसह तसेच मटेरियल मॅनेजमेंट मधील पदव्युत्तर पदवी किमान 60 % गुणांसह
एसएससी पायलट	पुरुष	19-23	मान्यताप्राप्त विद्यापीठ/संस्थेतून बी. टेक./बी. ई. (कोणतीही शाखा) किमान 60 % गुणांसह आणि 10+2 किंवा समकक्ष फिजिक्स आणि मॅथ्स सह

प्रवेशाचा प्रकार	अविवाहित पुरुष/ स्त्रिया	वयोमर्यादा	शैक्षणिक पात्रता
एसएससी निरीक्षक SSC OBSERVER	पुरुष आणि महिला	19-23	मान्यताप्राप्त विद्यापीठ/संस्थेतून बी. टेक./बी. ई. (कोणतीही शाखा) किमान 60 % गुणांसह आणि 10+2 किंवा समकक्ष फिजिक्स आणि मॅथ्स सह
एसएससी नौदल शस्त्रास्त्र तपासणी कॅडर	पुरुष	19.5-25	मेकॅनिकल, इलेक्ट्रिकल/ इलेक्ट्रॉनिक्स मध्ये इंजिनिअरिंग पदवी किंवा इलेक्ट्रॉनिक्स किंवा फिजिक्स मध्ये पदव्युत्तर पदवी.
एसएससी माहिती तंत्रज्ञान	पुरुष	19.5-25	कॉम्प्युटर सायन्स मधील बी. ई. /बी. टेक., कॉम्प्युटर इंजिनिअर/आयटी किंवा बी. एससी (आयटी), बीसीए, एमसीए, एमएससी (कॉम्प्युटर), एम. टेक (कॉम्प्युटर सायन्स) किमान 50% गुणांसह.

अभियांत्रिकी अधिकारी: (Engineering Officer)

a) अभियांत्रिकी सामान्य सेवा अधिकारी

अभियंता अधिकारी या नात्याने हाय-टेक सिस्टम सेवायोग्य ठेवण्याची जबाबदारी तुमची असेल. महाकाय नौदलात डॉकयार्ड आणि स्वदेशी उत्पादन युनिट मध्ये काम करण्याच्या संधी अभियांत्रिकी सामान्य सेवा अधिकारी म्हणून प्राप्त होतात.

b) पाणबुडी अभियंता अधिकारी

पाणबुड्या या हाय-टेक वॉर मशीन्स आहेत ज्यामध्ये जबरदस्त फायर पॉवर आहे, अत्याधुनिक शस्त्र नियंत्रण प्रणाली, संगणक नियंत्रित यंत्रसामग्री आणि उच्चतम दर्जाची राहण्याची सुविधा यात असते. या सर्व हाय-टेक सिस्टम सेवायोग्य ठेवण्याची जबाबदारी पाणबुडी अभियंता अधिकाऱ्याची असते.

c) नौदल बांधकाम अधिकारी

तुम्ही अभियांत्रिकीच्या नेव्हल आर्किटेक्चर कॅडरमध्ये देखील सामील होऊ शकता. देशांतर्गत उत्पादनाद्वारे नौदलाने अधिकाधिक अत्याधुनिक युद्धनौका तयार केल्या आहेत. नेव्हल आर्किटेक्ट्स कॉर्प्स जहाजबांधणी मधील अत्याधुनिक तंत्रज्ञान वापरून तुमच्या नाविन्यपूर्ण कल्पनांची अंमलबजावणी करण्याची संधी तुम्हाला मिळवून देते.

खाली दिलेल्या तक्त्यामध्ये भारतीय नौदलाच्या अभियांत्रिकी शाखेच्या विविध प्रकारच्या एन्ट्रीची माहिती देण्यात आली आहे.

प्रवेशाचा प्रकार	अविवाहित पुरुष/स्त्रिया	वयोमर्यादा	शैक्षणिक पात्रता
कॅडेट एन्ट्री (एनडीए)	पुरुष	16.5- 19	10+2 किंवा समकक्ष फिजिक्स आणि मॅथ्स सह
10+2 (बी. टेक.) कॅडेट एन्ट्री	पुरुष	16.5 – 19	10+2 किंवा समकक्ष फिजिक्स, केमिस्ट्री आणि मॅथ्स या विषयांसह (पीसीएमचे एकूण किमान 70% गुण, 10वी किंवा 12वी वर्गात इंग्रजीमध्ये किमान 50% गुण.
विद्यापीठ प्रवेश योजना UES (एसएससी)	पुरुष	19.5-25 (पूर्व-अंतिम वर्ष) 19-24 (अंतिम वर्ष)	मेकॅनिकल, मरीन, एरोनॉटिकल/एरोस्पेस, बी. आर्किटेक्चर, ऑटोमोबाईल, सिव्हिल इंजिनीअरिंग, नेव्हल आर्किटेक्चर, इंडस्ट्रियल आणि प्रोडक्शन, मेटलर्जी, इलेक्ट्रिकल, इंस्ट्रुमेंटेशन आणि कम्युनिकेशन, टेलिकम्युनिकेशन, पॉवर इलेक्ट्रॉनिक्स, इन्स्ट्रुमेंटेशन, मेकॅट्रॉनिक्स, कंट्रोल इंजिनिअरिंगचे अंतिम वर्ष आणि पूर्व-अंतिम वर्षाचे विद्यार्थी किमान 60% सह 6 व्या सेमिस्टर आणि IV व्या सेमिस्टर पर्यंत.
शॉर्ट सर्व्हिस कमिशन	पुरुष	19-25	किमान ६०% सह कोणत्याही शाखेतील बी. टेक./बी. ई.

प्रवेशाचा प्रकार	अविवाहित पुरुष/स्त्रिया	वयोमर्यादा	शैक्षणिक पात्रता
शॉर्ट सर्व्हिस कमिशन: पाणबुडी-अभियांत्रिकी SUBMARINE	पुरुष	19.5-25	बी. टेक. /बी. ई. मेकॅनिकलमध्ये किमान 60% गुणांसह.

अभियांत्रिकी शाखा (नौदल आर्किटेक्ट)			
10+2 (बी. टेक) कॅडेट एन्ट्री	पुरुष	16.5-19	10+2 किंवा समकक्ष फिजिक्स, केमिस्ट्री आणि मॅथ्स या विषयांसह (पीसीएमचे एकूण किमान 70% गुण, 10वी किंवा 12वी वर्गात इंग्रजीमध्ये किमान 50% गुण.
एस. एस. सी. एन्ट्री	पुरुष आणि महिला*	21-25	नेव्हल आर्किटेक्चर/मेकॅनिकल/सिव्हिल/एरोनॉटिक्स/मेटलर्जिकल/एरोस्पेस इंजिनिअरिंग मधील बी. ई./बी. टेक किमान 60% गुणांसह
विद्यापीठ प्रवेश योजना (एसएससी)UES	पुरुष आणि महिला*	19-24	नेव्हल आर्किटेक्चर/मेकॅनिकल/सिव्हिल/एरोनॉटिक्स/मेटलर्जिकल/एरोस्पेस इंजिनिअरिंग मधील बी. ई. /बी. टेक. , बी. आर्किटेक्चर मध्ये किमान 60% गुणांसह
विशेष नौदल वास्तुविशारद प्रवेश योजना NAVAL ARCHITECH ENTRY SCHEME (SNAES)	पुरुष आणि महिला*	21-25	बी. ई./बी. टेक. नेव्हल आर्किटेक्चर किमान 60% गुणांसह (कॅम्पस रिक्रुटमेन्ट)

विद्युत अधिकारीः (Electrical Officer)

a) सामान्य सेवा अधिकारी

जहाज प्रभावीपणे लढण्यास सक्षम होण्यासाठी सर्व उपकरणे नेहमीच उच्च कार्यक्षमतेवरकार्यरत असणेआवश्यक आहे. विद्युत अधिकाऱ्यांकडे हीजबाबदारीआणि इतर आव्हानात्मक कामे आहेत.

b) पाणबुडी विद्युत अधिकारी

खाली दिलेल्या तक्त्यामध्ये भारतीय नौदलाच्या इलेक्ट्रिकल शाखेच्या विविध प्रकारच्या एन्ट्रीची माहिती दिली आहे.

प्रवेशाचा प्रकार	अविवाहित पुरुष/ स्त्रिया	वयोमर्यादा	शैक्षणिक पात्रता
कॅडेट एन्ट्री (एनडीए) NDA	पुरुष	16.5- 19	10+2 किंवा समकक्ष फिजिक्स आणि मॅथ्स सह
10+2 (बी. टेक.) कॅडेट एन्ट्री	पुरुष	16.5 – 19	10+2 किंवा समकक्ष फिजिक्स, केमिस्ट्री आणि मॅथ्स या विषयांसह (पीसीएमचे एकूण किमान 70% गुण, 10वी किंवा 12वी वर्गात इंग्रजीमध्ये किमान 50% गुण.
विद्यापीठ प्रवेश योजना (एसएससी) UES	पुरुष	19.5-25 (पूर्व-अंतिम वर्ष) 19-24 (अंतिम वर्ष)	मेकॅनिकल, मरीन, एरोनॉटिकल/एरोस्पेस, बी. आर्किटेक्चर, ऑटोमोबाईल, सिव्हिल इंजिनीअरिंग, नेव्हल आर्किटेक्चर, इंडस्ट्रियल आणि प्रोडक्शन, मेटलर्जी, इलेक्ट्रिकल, इंस्ट्रुमेंटेशन आणि कम्युनिकेशन, टेलिकम्युनिकेशन, पॉवर इलेक्ट्रॉनिक्स, इन्स्ट्रुमेंटेशन, मेकॅट्रॉनिक्स, कंट्रोल इंजिनिअरिंगचे अंतिम वर्ष आणि पूर्व-अंतिम वर्षाचे विद्यार्थी 6 व्या सेमिस्टर आणि चौथ्या सेमिस्टर पर्यंत किमान 60% सह.

प्रवेशाचा प्रकार	अविवाहित पुरुष/ स्त्रिया	वयोमर्यादा	शैक्षणिक पात्रता
शॉर्ट सर्व्हिस कमिशन	पुरुष	19.5-25	किमान 60% सह कोणत्याही शाखेतील बी. ई./बी. टेक
शॉर्ट सर्व्हिस कमिशन (पाणबुडी- अभियांत्रिकी)	पुरुष	19.5-25	इलेक्ट्रिकल/इलेक्ट्रॉनिक्स/कंट्रोल इंजिनिअरिंग/टेलिकम्युनिकेशन इंजिनिअरिंग मधील बी. ई. /बी. टेक 60% गुणांसह

वैद्यकीय अधिकारी: (Medical Officer)

नौदलात डॉक्टरांसाठी करिअर

आर्म्ड फोर्सेस मेडिकल सर्व्हिसेस (AFMS) मधील करिअर हे प्रत्येक टप्प्यावर व्यावसायिक आणि वैयक्तिक प्रगतीचे खात्रीशीर करिअर आहे. सैन्यदलांमधील साहसी आणि अभ्यासक्रमेतर उपक्रम सर्वांगीण विकासाची खात्री देतात. आकर्षक वेतन आणि भत्ते या व्यतिरिक्त, जीवनशैली आणि व्यावसायिक प्रगती साठीच्या सर्वोत्तम ऑफर येथे आहेत.

नौदलातील डॉक्टर म्हणून तुम्हाला लष्करी वैद्यक शिकण्याची आणि अमलात आणण्याची संधी मिळेल. तसेच युद्धामध्ये लढणारे सैनिक आणि त्यांच्या कुटुंबीयांच्या आरोग्याची काळजी घेण्याची संधी मिळेल. मूलभूत स्पेशॉलिटी आणि सुपर स्पेशालिटीजमध्ये स्पेशलायझेशन करण्याचे भरपूर मार्ग आहेत. बहुतेक पदव्युत्तर अभ्यासक्रम आर्म्ड फोर्सेस मेडिकल कॉलेज (AFMC), पुणे आणि सैन्य दलांच्या इतर विविध शैक्षणिक रुग्णालयांमध्ये चालवले जातात. तसेच ही सेवा भारत आणि परदेशातील नामांकित नागरी संस्थांमधील सुपर-स्पेशलिटी अभ्यासक्रमांसाठी सरकारी खर्चावर अभ्यास रजा मिळविण्याची संधी देखील देते.

आयोग आणि निवड प्रक्रियेचे प्रकार

सैन्य दल डॉक्टरांसाठी केंद्र सरकारच्या गट 'अ' राजपत्रित पदाशी संबंधित उच्च दर्जाचे अधिकारी म्हणून एक प्रतिष्ठित आणि व्यावसायिकदृष्ट्या समाधानकारक करिअर देते.

कमिशनचे दोन प्रकार आहेत उदा स्थायी आयोग (PC)आणि शॉर्ट सर्व्हिस कमिशन (एसएससी).

(a) शॉर्ट सर्व्हिस कमिशन (एसएससी):

i. भारतीय नागरिकांकडून महिला आणि पुरुष दोघांकडून वर्षातून दोनदा अर्ज मागविण्यात येतात. या संदर्भातील अधिसूचना अग्रगण्य वर्तमानपत्रामध्ये प्रकाशित केली जाते.

ii. पात्र उमेदवारांना मुल्यांकन करण्यासाठी नवी दिल्ली येथे मुलाखतीसाठी बोलावले जाते. शॉर्ट सर्व्हिस कमिशनच्या आर्मी मेडिकल कॉर्प्समध्ये त्यांची नेमणूक निश्चित करण्यासाठी त्यांची योग्यता तपासणे हा या मुलाखतीचा हेतू असतो.

iii. मुलाखतीच्या निकालाच्या आधारे जे उमेदवार शॉर्ट लिस्ट केले जातात त्यांना नवी दिल्लीतील सेना रुग्णालया मध्ये वैद्यकीय तपासणीसाठी पाठविले जाते.

iv. वैद्यकीयदृष्ट्या तंदुरुस्त उमेदवारांना आवश्यक ती पडताळणी प्रक्रिया पार केल्यानंतर नेमणूक दिली जाते.

v. SSC अधिकाऱ्यांना किमान 5 वर्षे सेवा देणे आवश्यक आहे.

एसएससी 5 वर्षांच्या मुदतीसाठी आणखी दोन वेळेस वाढविली जाऊ शकते आणि नंतर 4 वर्षांसाठी वाढविता येऊ शकते परंतु कमाल मुदत ही 14 वर्षे असते.

(b) स्थायी आयोग:

i एसएससी अधिकाऱ्यांना कायमस्वरूपी नेमणूक देण्यासाठी विभागीय मुलाखतीस हजर राहण्याच्या तीन संधी दिल्या जातात.

दोन वर्षे एसएससी सेवा पूर्ण केल्या नंतर प्रथम पाच वर्षांच्या कार्यकाळात पहिल्या दोन संधी आणि पाच वर्षांच्या दुसऱ्या कार्यकाळात परंतु नऊ वर्षे सहा महिने सेवा पूर्ण होण्यापूर्वी एक संधी. या साठी त्यांच्या सैन्य दलातील सेवेमध्ये कोणत्याही प्रकारचा खंड असू नये तसेच इतर पात्रतेच्या अटींची पूर्तता त्यांनी केलेली असावी.

रोजगारक्षमता

i. आर्मी मेडिकल कॉर्प्समधील अधिकारी म्हणून, त्याला किंवा तिला देशाच्या किंवा जगाच्या कोणत्याही भागात भारतीय लष्कर, नौदल किंवा हवाई दलात नेमणूक दिली जाऊ शकते.

खाली दिलेल्या तक्त्यात भारतीय नौदलातील वैद्यकीय शाखेच्या विविध प्रकारच्या एन्ट्रीची माहिती देण्यात आली आहे.

शाखा/प्रवेशाचा प्रकार	वयोमर्यादा	शैक्षणिक पात्रता
आर्मी मेडिकल कॉर्प्स (एएमसी) -भारतीय नौदलाची वैद्यकीय शाखा समाविष्ट आहे		
स्थायी आयोग (पीसी)	45 वर्षे	1. अर्जदारांकडे भारतीय विद्यापीठाची वैद्यकीय पात्रता किंवा भारतीय वैद्यकीय परिषदेने मान्यता दिलेली परदेशी वैद्यकीय पात्रता असणे आवश्यक आहे. ते कोणत्याही राज्य परिषद किंवा समकक्ष नोंदणी प्राधिकरणाकडे नोंदणीकृत असले पाहिजेत. 2. इंसेन्टीव्ह: पदव्युत्तर पदवीधारकांसाठी 3 वर्षांची ज्येष्ठता आणि MCI द्वारे मान्यताप्राप्त पदव्युत्तर डिप्लोमासाठी 2 वर्षे आणि नवीन प्रवेशकर्त्यांना मान्यताप्राप्त हॉस्पिटलमध्ये केलेल्या हाऊस जॉबसाठी 6 महिन्यांची मुदत. 3. ज्या डॉक्टरने हाऊस जॉब केलेला आहे आणि पदव्युत्तर पदवी देखील घेतलेली आहे तो 42 महिन्यांच्या कमाल पूर्व ज्येष्ठतेसाठी पात्र असेल. या साठीची निवड वर्षातून एकदा जुलै/ऑगस्टमध्ये दिल्ली येथे होते. तपशिलांसाठी प्रत्येक वर्षी राष्ट्रीय/प्रादेशिक वृत्तपत्रांमध्ये मार्च/एप्रिलमध्ये प्रसिद्ध झालेली जाहिरात पहावी तसेच DGAFMS, L-Block, पोस्ट DHQ, नवी दिल्ली 110011 वर संपर्क साधावा.

शाखा/प्रवेशाचा प्रकार	वयोमर्यादा	शैक्षणिक पात्रता
AFMC कॅडेट प्रवेश (एमबीबीएस अभ्यासक्रम ज्यानंतर AMC कमिशन मध्ये नेमणूक मिळते.)	1.17-22 वर्षे 2.24 वर्षे	10+2 किंवा समकक्ष फिजिक्स, केमिस्ट्री आणि बायोलॉजी या विषयांसह (पीसीबीचे एकूण किमान 60% गुण, यापैकी कोणत्याही विषयात 50% पेक्षा कमी नाही.
आर्मी डेंटल कॉर्प्स (ADC) - भारतीय नौदलाच्या दंत शाखा समाविष्ट आहेत.		
डायरेक्ट पर्मनन्ट कमिशन	28 वर्षे BDS साठी 30 वर्षे एमडीएस साठी	1. अंतिम वर्षात किमान 60% गुणांसह बी. डीएस./ मान्यताप्राप्त महाविद्यालय किंवा विद्यापीठातून एमडीएस. 2. द डेंटल कौन्सिल ऑफ इंडियाची मान्यता असलेली एक वर्षाची रोटेटरी इंटर्नशिप पूर्ण केलेली असावी. 3. कायमस्वरूपी दंतवैद्यक नोंदणी प्रमाणपत्र प्राप्त केलेले असावे.

नौदल महिला प्रवेश: (Naval Women Entry)

निवड आणि प्रवेश

1992 पर्यंत महिलांना केवळ सैन्य दलाच्या वैद्यकीय कोअरमध्येच सामावून घेतले जात होते. जुलै 1992 पासून नौदलाने महिलांना शॉर्ट सर्विस कमिशन अधिकारी म्हणून नौदलाच्या निवडक शाखांमध्ये समाविष्ट करण्यास सुरुवात केली. सध्या महिलांना नौदलाच्या खालील शाखांमध्ये अधिकारी म्हणून सामील केले जाते:

1. एटीसी

2. निरीक्षक

3. कायदा

4. लॉजिस्टिक

5. शिक्षण

6. नेव्हल आर्किटेक्चर

एसएससी कार्यकाळ पूर्ण झाल्यावर गुणवत्ता आणि रिक्त पदांवर अवलंबून शिक्षण, कायदा आणि नौदल वास्तुविशारद शाखेत सरकारने कायमस्वरूपी आयोग (पीसी) नेमणुकीसाठी देखील मान्यता दिली आहे.

शाखा/प्रवेशाचा प्रकार	वयोमर्यादा	शैक्षणिक पात्रता
एक्झिक्युटिव्ह		
एसएससी (एटीसी)	19.5-25	भौतिकशास्त्र/गणित/इलेक्ट्रॉनिक्ससह प्रथम श्रेणी विज्ञान पदवीधर किंवा भौतिकशास्त्र/गणित/इलेक्ट्रॉनिक्स एमएससी किमान 55% गुणांसह.
एसएससी - निरीक्षक	19-23	10+2 स्तरावर गणित आणि भौतिकशास्त्रासह कोणत्याही शाखेतील पदवीधर पदवी किमान 55% गुणांसह.
एसएससी कायदा	22-27	वकील कायदा 1961 अंतर्गत वकील म्हणून नावनोंदणीसाठी पात्र ठरणारी कायद्यातील पदवी किमान 55% गुणांसह.
एसएससी लॉजिस्टिक्स	19.5-25	बी. ए. (अर्थशास्त्र), बी. कॉम. , बी. एससी (आय. टी.) प्रथम श्रेणीत उत्तीर्ण. सीए/आयसीडब्लूए, केटरिंग टेक्नॉलॉजी किंवा बीसीए/एमसीए, किंवा मेकॅनिकल, मरीन, इलेक्ट्रिकल/इलेक्ट्रॉनिक्स/कॉम्प्युटर/आयटी, सिव्हिल मधील बी. ई. /बी. टेक. आर्किटेक्चर किंवा कोणताही पदवीधर पी. जी. डिप्लोमा इन मटेरियल मॅनेजमेंटसह.
शिक्षण शाखा		
एसएससी शिक्षण शाखा	21-25	किमान ५०% गुणांसह पदव्युत्तर पदवी खालील पूर्ततेसह * भौतिकशास्त्र (बी. एससी. मध्ये गणितासह) किंवा *गणित (बी. एससी मध्ये भौतिकशास्त्रासह) *कॉम्पुटर ऑप्लिकेशन किंवा मेकॅनिकल, इलेक्ट्रिकल/इलेक्ट्रॉनिक्स/कॉम्प्युटर सायन्स/आयटी, सिव्हिल मधील बी. ई./बी. टेक 60% गुणांसह

शाखा/प्रवेशाचा प्रकार	वयोमर्यादा	शैक्षणिक पात्रता
अभियांत्रिकी शाखा		
एसएससी (नेव्हल आर्किटेक्चर)	21-25	नेव्हल आर्किटेक्चर, मेकॅनिकल, सिव्हिल/एरोनॉटिक्स/मेट्रोलॉजी/ओशनोग्राफी/एटमॉस्फेरिक सायन्सेस मधील बी. ई. /बी. टेक 60 % गुणांसह
विद्यापीठ प्रवेश योजना (एसएससी) (नौदल आर्किटेक्चर)	19-24	नेव्हल आर्किटेक्चर, मेकॅनिकल, सिव्हिल/एरोनॉटिक्स/मेट्रोलॉजी/ओशनोग्राफी/एटमॉस्फेरिक सायन्सेस मधील बी. ई. /बी. टेक 60 % गुणांसह

पुरुष आणि महिला उमेदवारांसाठी शॉर्ट सर्व्हिस कमिशन्ड पायलट/ निरीक्षक म्हणून भारतीय नौदलात सामील होण्याची संधी

1. अविवाहित भारतीय नागरिकांकडून भारतीय नौदलाच्या कार्यकारी शाखेत शॉर्ट सर्व्हिस कमिशन्ड (SSC) पायलट/निरीक्षक पदाच्या भरती साठी भारतीय नौदल अकादमी एझिमाला, केरळ येथे जून मध्ये सुरु होणाऱ्या अभ्यासक्रमासाठी अर्ज मागविण्यात येतात.

2. पात्रता अटी:

a. वय:- सामान्य उमेदवार. 19 ते 24 वर्षे.

b. सीपीएल धारक: 19 ते 25 वर्षे.

टीप: जे अर्जदार यापूर्वी **PABT** (पायलट ॲटिट्यूड बॅटरी टेस्ट) मध्ये अयशस्वी झाले आहेत ते पायलट प्रवेशासाठी पात्र नाहीत, परंतु निरीक्षक प्रवेश योजनेसाठी अर्ज करू शकतात.

3. शैक्षणिक पात्रता:

a. **सामान्य उमेदवार:** किमान 70% गुणांसह कोणत्याही शाखेतील पदवीधर पदवी. 10+2 स्तरावर गणित आणि भौतिकशास्त्रासह उत्तीर्ण असावे.

b. **सीपीएल (कमर्शियल पायलट लायसन्स) धारक:** किमान 60% गुणांसह कोणत्याही शाखेतील पदवीधर पदवी. 10+2 स्तरावर गणित आणि भौतिकशास्त्रासह उत्तीर्ण असावे. उमेदवाराकडे DGCA (भारत) द्वारे जारी

केलेले वैध आणि चालू सीपीएल (कमर्शियल पायलट लायसन्स) असणे आवश्यक आहे.

4. पायलट पदासाठी फक्त पुरुष उमदेवार पात्र असतील. निरीक्षक पदासाठी पुरुष तसेच स्त्री उमेदवार अर्ज करू शकतात.

5. शारीरिक मापदंड:

a. **उंची आणि वजन:** पुरुषांसाठी किमान उंची 162.5 सेमी आणि महिलांसाठी 152 सेमी. वजन, पायांची लांबी, बसल्यानंतरची उंची आणि मांडीची लांबी हे उंचीशी निगडित योग्य मानकाप्रमाणे असणे आवश्यक आहे.

b. **दृष्टी:** दूरच्या दृष्टीसाठी किमान स्वीकार्य दृष्टी मानक 6/6, 6/9 तसेच 6/6, 6/6 प्रमाणे सुधारणा करण्यायोग्य असणे आवश्यक आहे. उमेदवारास रंगांधळेपणा किंवा रातांधळेपणा नसावा.

टीप: शारीरिक मापदंडांमध्ये कोणतीही सूट दिली जाणार नाही.

टीप: अर्ज फक्त "www.nausena-bharti.nic.in" या वेबसाइटवर ऑनलाइन स्वीकारले जातील. इच्छुकांनी या वेबसाइटचा आणि रोजगाराच्या बातम्यांचा नियमित अपडेट्स आणि विशिष्ट परीक्षेच्या सूचनांसाठी वापर करणे अपेक्षित आहे.

निवड प्रक्रिया:

उमेदवारांना त्यांच्या शैक्षणिक पात्रतेतील कामगिरीच्या आधारावर सेवा निवड मंडळ (SSB) मुलाखतीसाठी बोलाविले जाईल.

↓

निवड प्रक्रिया ही दोन टप्प्यात असेल. यशस्वी उमेदवारांना खालील गोष्टींची पूर्तता करावी लागेल:

i. **पायलटसाठी:** PABT (पायलट ॲटिट्यूड बॅटरी टेस्ट) अहर्ता आणि त्यानंतर विमानचालन वैद्यकीय तपासणी.

ii. **निरीक्षकांसाठी:** विमानचालन वैद्यकीय तपासणी.

PABT (पायलट एंट्रीसाठी) निवड केलेले आणि वैद्यकीयदृष्ट्या तंदुरुस्त घोषित केलेल्या उमेदवारांना SSB ने शिफारस केल्यानुसार गुणवत्ता यादीच्या आधारे तसेच उपलब्ध रिक्त पदांच्या संख्येप्रमाणे प्रशिक्षणासाठी नियुक्त केले जाईल.

इंडक्शन आणि ट्रेनिंग: पायलट आणि निरीक्षक उमेदवारांना सब-लेफ्टनंट पदावरील अधिकारी म्हणून नेमणूक दिली जाते.

भारतीय नौदल अकादमी, एझिमाला येथे नौदल अभिमुखता अभ्यासक्रम यशस्वीपणे पूर्ण केल्यानंतर उमेदवारांना लेफ्टनंट रँकमध्ये कमिशन दिले जाते.

उमेदवारांना शॉर्ट सर्व्हिस कमिशन अंतर्गत 10 वर्षांच्या कालावधीसाठी नेमणूक दिली जाते. ह्या नेमणुकीचा कालावधी जास्तीत जास्त 14 वर्षांपर्यंत वाढवता येतो.

महत्त्वाचे: या योजनांतर्गत समाविष्ट केलेल्या अधिकाऱ्यांना चौदा वर्षांपिक्षा अधिक मुदतवाढ दिली जाणार नाही तसेच ते कायमस्वरूपी नेमणुकीसाठीही पात्र राहणार नाहीत.

भारतीय नौदल 10+2 कॅडेट (बी.टेक.) प्रवेश योजना (कायम आयोग): अविवाहित पुरुष उमेदवारांसाठीः इंडियन नेव्हल अकादमी, एझिमाला, केरळ

भारतीय नौदल - संधींचा महासागर

प्रतिष्ठित इंडियन नेव्हल अकादमी, एझिमाला, केरळ या संस्थेत सामील होण्यासाठी अविवाहित पुरुष उमेदवारांकडून (भारत सरकारने घालून दिलेल्या राष्ट्रीयत्वाच्या अटी पूर्ण करून) अर्ज मागविण्यात येतात.

10+2 कॅडेट (बी. टेक.) प्रवेश योजनाः

1. पात्रता अटी

a. **वयः** 17 ते 19.5 वर्षे.

b. **शैक्षणिक पात्रताः** वरिष्ठ माध्यमिक परीक्षा (10+2 पॅटर्न) किंवा विद्यापीठ/ बोर्डातून त्याच्या समकक्ष भौतिकशास्त्र, रसायनशास्त्र आणि गणित (PCM) मध्ये किमान 70% एकूण गुणांसह आणि इंग्रजीमध्ये किमान 50% गुणांसह (एकतर दहावी किंवा बारावी) उत्तीर्ण.

अर्ज केवळ वेबसाइटवर ऑनलाइन स्वीकारले जातील. इच्छुकांनी "www.nausena-bharti.nic.in." यावेबसाइटचा आणि रोजगाराच्या बातम्यांचा विशिष्ट परीक्षेच्या सूचनांसाठी नियमित वापर करणे अपेक्षित आहे.

निवड प्रक्रिया

उमेदवारांना त्यांच्या वरिष्ठ माध्यमिक परीक्षेतील कामगिरीच्या आधारे (10+2 समकक्ष) सेवा निवड मंडळ (SSB) मुलाखतीसाठी बोलाविले जाते.

शॉर्ट-लिस्टेड उमेदवारांसाठी SSB मुलाखती ऑगस्ट ते नोव्हेंबर दरम्यान बेंगळुरू/भोपाळ/ कोइम्बतूर/विशाखापट्टणम येथे आयोजित केल्या जातात.

निवडलेल्या उमेदवारांना चार वर्षांच्या इलेक्ट्रॉनिक्स आणि कम्युनिकेशन किंवा मेकॅनिकल इंजिनिअरिंग बी. टेक. साठी इंडियन नेव्हल अकादमी, एझिमाला, केरळ येथे कॅडेट म्हणून समाविष्ट केले जाईल अभ्यासक्रमादरम्यान कॅडेट्सना कार्यकारी किंवा इंजिनिअरिंग मधील प्रशिक्षण नौदल आर्किटेक्ट स्पेशलायझेशन सह किंवा इलेक्ट्रिकल शाखेमध्ये पूर्ण करता येईल. अभ्यासक्रम पूर्ण झाल्यावर जवाहरलाल नेहरू विद्यापीठाकडून (जेएनयू) बी. टेक पदवी प्रदान केली जाईल.

D. भारतीय हवाई दल (INDIAN AIR FORCE)

प्रवेशाचे प्रकार	वयोमर्यादा (वर्षे)	शैक्षणिक पात्रता	जाहिरात
फ्लाईंग ब्रांच			
NDA (केवळ पुरुषांसाठी)	16.5-19	10+2भौतिकशास्त्र आणि गणितासह	डिसेंबर आणि मे
CDSE (केवळ पुरुषांसाठी)	19-23	कोणत्याही शाखेतील पदवीधर (10+2भौतिकशास्त्र आणि गणितासह) किंवा बी. इ.	ऑक्टोबर आणि जून
NCC स्पेशल एंट्री पीसी (केवळ पुरुषांसाठी)	19-23	कोणत्याही शाखेतील पदवीधर (10+2भौतिकशास्त्र आणि गणितासह) किंवा बी. इ. आणि एनसीसी. एअर विंग सिनिअर डिव्हिजन 'C' प्रमाणपत्र	30 जून/ 30 डिसेंबर (ओसी युनिट डीजी एनसीसीच्या माध्यमातून)
तांत्रिक शाखा (पुरुषांसाठी पीसी/महिलांसाठी एसएससी)			
थेट प्रवेश	18-28	जाहिरातीत दिल्या नुसार इलेक्ट्रॉनिक्स/मेकॅनिकल/ अलाइड विषयात इंजिनिअरिंग ची पदवी	
ग्राउंड ड्यूटी शाखा (पुरुषांसाठी पीसी/महिलांसाठी एसएससी)			
लॉजिस्टिक/प्रशासन/ अकाउंट्स	20-23 किंवा 20-25	जाहिराती मध्ये दिलेल्या विषयांमध्ये (किमान 60% गुणांसहित प्रथम श्रेणीत पदवीधर किंवा किमान (50%) गुणांसहित द्वितीय श्रेणीत पदव्युत्तर पदवी)	जानेवारी/जुलै

प्रवेशाचे प्रकार	वयोमर्यादा (वर्षे)	शैक्षणिक पात्रता	जाहिरात
शिक्षण/हवामानशास्त्र	20-25	जाहिराती मध्ये दिलेल्या विषयांमध्ये (किमान (50%) गुणांसहित द्वितीय श्रेणीत पदव्युत्तर पदवी)	जानेवारी/जुलै
AFCAT (पुरुष आणि महिलांसाठी)			
फ्लाइंग ब्रांच	19-23	कोणत्याही शाखेतील पदवीधर किंवा मान्यताप्राप्त विद्यापीठातून किमान 60% गुणांसह बी. ई. / बी. टेक पदवी	जून/जुलै. सप्टें. /ऑक्टो.
तांत्रिक शाखा	19-23	कोणत्याही मान्यताप्राप्त विद्यापीठातून 4 वर्षे पदवी	जून/जुलै. सप्टें. /ऑक्टो.
ग्राउंड ड्युटी शाखा, प्रशासन/लॉजिस्टिक्स, अकाउंट्स, शिक्षण	19-23	पदवीधर	जून/जुलै. सप्टें. /ऑक्टो.
ग्राउंड ड्युटी शाखा- प्रशासन/लॉजिस्टिक्स, अकाउंट्स, शिक्षण	20-25	पोस्ट ग्रॅज्युएट एलएलबी (5 वर्षांचा इंटरग्रेटेड कोर्स) साठी	जून/जुलै. सप्टें. /ऑक्टो.
ग्राउंड ड्युटी शाखा - प्रशासन/लॉजिस्टिक्स, अकाउंट्स, शिक्षण	20-26	एलएलबी (3 वर्षांचा अभ्यासक्रम पदवी नंतर) साठी	जून/जुलै. सप्टें. /ऑक्टो.
ग्राउंड ड्युटी शाखा -प्रशासन/ लॉजिस्टिक्स, अकाउंट्स शिक्षण	20-27	एम. एड. /पी. एचडी, सीए/ आयसीडब्लूए	जून/जुलै. सप्टें. /ऑक्टो.

प्रवेशाचे प्रकार	वयोमर्यादा (वर्षे)	शैक्षणिक पात्रता	जाहिरात
महिलांसाठी एसएससी फक्त F (P)	19-25 (सीपीएल धारकांसाठी)	कोणत्याही शाखेतील पदवीधर (10+2 भौतिकशास्त्र आणि गणितासह) किंवा बी. ई.	30 जून/30डिसेंबर (ओसी युनिटच्या माध्यमातून DG NCC)

टीप: प्रत्येक वेळी इच्छुकांनी हवाई दलाशी संबंधित वेबसाइट्स आणि रोजगार बातम्या/अग्रणी वर्तमानपत्रे, वरील विशिष्ट परीक्षेच्या सूचनांसाठी नियमित वापरणे अपेक्षित आहे.

वायुसेना अधिकारी म्हणून करिअर

अधिकारी हा सैन्य दलाचा किंवा गणवेशधारी सेवेचा सदस्य म्हणून अधिकारपदावर असतो. नेतृत्व आणि नियंत्रण करण्याची क्षमता, स्वतः बरोबरच इतरांना प्रेरणा देण्याची आणि कठोर निर्णय घेण्याची कार्यक्षमता या अधिकारपदासाठी आवश्यक असते. जेव्हा तुम्ही हवाई दल अधिकारी होण्यासाठी सामील व्हाल तेव्हा येथील प्रशिक्षण तुम्हाला तुमचे नेतृत्व आणि व्यवस्थापन कौशल्ये विकसित करण्यात मदत करेल. येथील प्रशिक्षणामधून उमेदवारांना वास्तविक जीवनात नेतृत्व करण्याचे आव्हान स्वीकारण्यासाठी पूर्णपणे तयार केले जाते. तसेच सांघिक कार्याचे धडे, संवाद कौशल्ये आणि आत्मविश्वास विकसित करणे, धोरणात्मक विचार आणि विचारांमधील गतिशीलता आणि सहजतेने दबावांना सामोरे जाण्यासाठीची तयारी करून घेतली जाते. नवीन उमेदवारांना प्रशिक्षण कालावधी दरम्यान खडतर प्रशिक्षणामधून एक सक्षम अधिकारी म्हणून तयार केले जाते. वायुसेनेतील प्रशिक्षणामुळे तरुण मुले मुली फक्त पुरुष किंवा स्त्री म्हणून घडण्याऐवजी एक नेता म्हणून तयार होतात. अधिकारी म्हणून घडलेले चारित्र्य आणि भक्कम नैतिक पाया त्याला/तिला नेहमीच इतरांहून वेगळे बनवते.

भारतीय हवाई दलातील अधिकारी या नात्याने, तुम्हाला IAF चा गौरवशाली वारसा आणि कालातीत परंपरेचा वारसा मिळेल, ज्यात अत्याधुनिक तंत्रज्ञानाचा उत्तम मिलाफ आहे.

भारतीय हवाई दलातील अधिकारी म्हणून तुम्ही रणनीती, नेतृत्व आणि व्यवस्थापन करु शकता. तुमच्या पात्रतेनुसार, तुम्ही IAF मधील विविध शाखांपैकी एकामध्ये सामील होऊ शकता. ढोबळमानाने हवाई दलाच्या पुढील तीन शाखा आहेतः

A. तांत्रिक अभियांत्रिकी शाखा

भारतीय वायुसेना अकादमी (IAF) तांत्रिक शाखेत कायमस्वरूपी/शॉर्ट सर्व्हिस कमिशन्ड ऑफिसर म्हणून भारतीय हवाई दलात सामील होण्यासाठी AFCAT - हवाई दलाची सामाईक प्रवेश परीक्षा आयोजित करते.

तांत्रिक शाखेतील अधिकारी या नात्याने, भारतीय वायुसेनेला उड्डाणासाठी योग्य आणि सुरक्षित ठेवण्यासाठीचे व्यवस्थापन तुम्हास करावे लागते. तुमच्या पात्रतेच्या आधारावर उपशाखांपैकी एकामध्ये सामील होऊन तुम्ही जगातील काही सर्वात अत्याधुनिक उपकरणांचे प्रभारी व्हाल.

a. वैमानिक अभियांत्रिकी अभ्यासक्रमः

1. **वैमानिक अभियांत्रिकी - इलेक्ट्रिकल**
2. **वैमानिक अभियांत्रिकी - मेकॅनिकल**

B. उड्डाण शाखा

आयएएफच्या फ्लाइंग शाखेत सामील होऊन तुम्ही नक्कीच उंच भरारी घेऊ शकाल. फायटर पायलट किंवा हेलिकॉप्टर पायलट किंवा ट्रान्सपोर्ट पायलट म्हणून तुम्हाला प्रशिक्षण दिले जाते आणि विविध शांतता आणि युद्धकालीन मोहिमांमध्ये तुम्हाला सहभागी करून घेतले जाते. फ्लाइंग शाखेमध्ये प्रवेशाच्या विविध पद्धती खालील प्रमाणे आहेत.

1. एनडीए NDA (नॅशनल डिफेन्स अकादमी).
2. CDSE (संयुक्त संरक्षण सेवा परीक्षा) (केवळ पुरुषांसाठी)
3. NCC स्पेशल एंट्री (केवळ पुरुषांसाठी).
4. एसएससी (शॉर्ट सर्व्हिस कमिशन) प्रवेश (पुरुष आणि महिला).

तुम्हाला वरील चार नोंदींची तपशीलवार माहिती भाग 1 (आर्मी) मध्ये मिळेल.

C. ग्राउंड ड्युटी शाखा

(पदवीधर/पदव्युत्तर पदवीधरांसाठी)

ग्राउंड ड्युटी शाखा ही मानवी आणि भौतिक संसाधनांचे व्यवस्थापन तसेच भारतीय वायुसेनेला चालना देणारी यंत्रणा आहे.

a. **प्रशासन शाखा (ADMINISTRATION)**

b. **लेखा शाखा (ACCOUNTS)**

c. **लॉजिस्टिक शाखा (LOGISTICS)**

Air Force Common Admission Test AFCAT

भारतीय हवाई दल साहसी आणि धडाडीच्या पुरुष आणि महिलांना भारतीय हवाई दलात फ्लाइंग, टेक्निकल आणि ग्राउंड शाखांमध्ये एअर फोर्स कमिशन्ड ऑफिसर म्हणून सामील होण्यासाठी संधी देते.

**WEBSITE:https://careerindianairforce.cdac.in
or https://afcat.cdac.in**

भारतीय वायुसेना अकादमी (IAF) भारतीय हवाई दलात फ्लाइंग, टेक्निकल आणि ग्राउंड शाखांमध्ये कायमस्वरूपी/शॉर्ट सर्व्हिस कमिशन्ड ऑफिसर म्हणून सामील होण्यासाठी वायुसेना सामाईक प्रवेश परीक्षा (AFCAT) आयोजित करते. AFCAT वर्षातून दोनदा मार्च आणि ऑगस्ट महिन्यात आयोजित केली जाते.

भारतीय पुरुष आणि महिला नागरिकांकडून फ्लाइंग ब्रँचमधील शॉर्ट सर्व्हिस कमिशनच्या अभ्यासक्रमासाठी तसेच तांत्रिक आणि ग्राउंड ड्युटीमध्ये कायमस्वरूपी/शॉर्ट सर्व्हिस कमिशन अभ्यासक्रमासाठी अर्ज मागविण्यात येतात.

अभ्यासक्रम	फ्लाइंग शाखा FLYING BRANCH	ग्राउंड ड्युटी तांत्रिक शाखा TECHNICAL	ग्राउंड ड्युटी अ-तांत्रिक शाखा NON TECHNICAL
	एसएससी SSC: पुरुष आणि महिला	एसएससी SSC: पुरुष आणि महिला आणि PC पीसी: पुरुष	एसएससी SSC: पुरुष आणि महिला आणि PC पीसी: पुरुष

वरील तक्त्यामध्ये:-एसएससी:- शॉर्ट सर्व्हिस कमिशन

पीसी:- पर्मनंट कमिशन (स्थायी आयोग)

कमिशनचा प्रकार

i. **स्थायी आयोग (पर्मनंट कमिशन): (पुरुष):** कायमस्वरूपी अधिकारी म्हणून भरती करण्यात आलेले उमेदवार सेवानिवृत्तीच्या लागू असलेल्या वयापर्यंत सेवा बजावू शकतात.

ii. **शॉर्ट सर्व्हिस कमिशन (पुरुष आणि महिला):**

    a. फ्लाइंग ब्रँचसाठी शॉर्ट सर्व्हिस कमिशनचा प्रतिबद्धता कालावधी कमिशनच्या तारखेपासून चौदा वर्षे आहे. (हा कालावधी वाढविता येत नाही).

बी:- तांत्रिक आणि ग्राउंड ड्युटी शाखांमध्ये शॉर्ट सर्व्हिस कमिशन अधिकाऱ्यांचा प्रारंभिक कार्यकाळ दहा वर्ष आहे. अधिकाऱ्याची सेवा देण्याची इच्छा, आवश्यकता आणि रिक्त पदांची उपलब्धता या तीन गोष्टींच्या अधीन राहून चार वर्षांची मुदतवाढ दिली जाऊ शकते.

प्रवेश, शाखा, रिक्त जागा

प्रवेश	शाखा	पीसी/एसएससी	रिक्त पदे (तात्पुरती)
AFCAT प्रवेश	फ्लाइंग	एसएससी: पुरुष आणि महिलांसाठी	96
	ग्राउंड ड्युटी (तांत्रिक) वैमानिक अभियंता (इलेक्ट्रॉनिक्स) {AE (L)}. (यांत्रिक) {AE (M)}.	पुरुषांसाठी पीसी आणि पुरुष आणि महिलांसाठी एसएससी	AEL: पी सी-20, एसएससी -78 AE M: पीसी -8, एसएससी -31
	ग्राउंड ड्युटी (नॉन टेक्निकल) प्रशासन, लॉजिस्टिक्स, शिक्षण, हवामानशास्त्र	पुरुषांसाठी पीसी आणि पुरुष आणि महिलांसाठी एसएससी	प्रशासन: पीसी-10, एसएससी- 42 शिक्षण: पीसी-04, एसएससी-17 हवामानशास्त्र: पीसी- 6, एसएससी- 22

प्रवेश	शाखा	पीसी/एसएससी	रिक्त पदे (तात्पुरती)
एनसीसी विशेष प्रवेश	फ्लाइंग	पुरुषांसाठी पीसी आणि पुरुष आणि महिलांसाठी एसएससी	पीसी साठी CDSE रिक्त जागांपैकी 10% जागा आणि एसएससी साठी AFCAT रिक्त जागांपैकी 10% जागा

पात्रता अट

1. फ्लाइंग शाखा

a. **वयोमर्यादाः** 20 ते 24 वर्षे, (DGCA (भारत) द्वारे जारी केलेला चालू आणि वैध व्यावसायिक पायलट परवाना असलेल्या उमेदवारांसाठी वयोमर्यादा 26 वर्षांपर्यंत शिथिल करण्यात येते.

b. **शैक्षणिक पात्रताः** उमेदवाराने मान्यताप्राप्त विद्यापीठातील कोणत्याही शाखेमधील पदवीधर (किमान तीन वर्षांचा पदवी कोर्स) ज्यात सर्व विषयांमध्ये मिळून एकत्रित किमान 60% गुण मिळविले असावेत आणि 10+2 स्तरावर गणित आणि भौतिकशास्त्र विषय घेऊन उत्तीर्ण झालेला असावा किंवा मान्यताप्राप्त विद्यापीठातून बी. ई/बी. टेक पदवी (चार वर्षांचा अभ्यासक्रम) ज्यात सर्व विषयांमध्ये मिळून एकत्रित किमान 60% गुण मिळविले असावेत.

2. ग्राउंड ड्युटी (तांत्रिक शाखा)

a. **वय:** 20 ते 26 वर्षे

b. **शैक्षणिक पात्रताः**

i. वैमानिक अभियंता (इलेक्ट्रॉनिक्स) {AE (L)}:

AE (L) शाखेसाठी अर्ज करणाऱ्या उमेदवाराने एखाद्या मान्यताप्राप्त विद्यापीठातून किमान चार वर्षांची पदवी पूर्ण केलेली असावी.

किंवा असोसिएट मेंबरशिप ऑफ इन्स्टिट्यूट ऑफ इंजिनियर्स (इंडिया) किंवा एरोनॉटिकल सोसायटी ऑफ इंडियाची विभाग A आणि B परीक्षा उत्तीर्ण केलेली असावी

किंवा इन्स्टिट्यूट ऑफ इलेक्ट्रॉनिक्स अँड टेलिकम्युनिकेशन इंजिनीअर्सची पदवीधर सदस्यत्व परीक्षा प्रत्यक्ष अभ्यासाद्वारे पूर्ण केलेली असणे आवश्यक आहे. उमेदवारांनी परिच्छेद 4 (a) मध्ये दिलेल्या अटी देखील पूर्ण केल्या पाहिजेत.

ii. वैमानिक अभियंता (यांत्रिक) {AE (M)}:

AE (M) शाखेसाठी अर्ज करणाऱ्या उमेदवारांनी मान्यताप्राप्त विद्यापीठातून किमान चार वर्षांची पदवी परीक्षा उत्तीर्ण केलेली असावी किंवा असोसिएट मेंबरशिप ऑफ इन्स्टिट्यूट ऑफ इंजिनियर्स (इंडिया) किंवा एरोनॉटिकल सोसायटी ऑफ इंडियाची विभाग A आणि B परीक्षा प्रत्यक्ष अभ्यासाद्वारे उत्तीर्ण केलेली असावी. उमेदवारांनी परिच्छेद 4 (b) मध्ये दिलेल्या अटी देखील पूर्ण केल्या पाहिजेत.

3. ग्राउंड ड्युटी शाखा: अ-तांत्रिक

a. **वय:** 20 ते 26 वर्षे

b. **शैक्षणिक पात्रता:**

शाखा	पात्रता
प्रशासन आणि लॉजिस्टिक	कोणत्याही शाखेतील पदवीधर पदवी (किमान तीन वर्षांचा पदवी अभ्यासक्रम). सर्व पेपर्सचे एकत्रितपणे एकूण किमान 60% गुणांसह किंवा कोणतीही पदव्युत्तर पदवी/कोणत्याही विषयातील समतुल्य डिप्लोमा सर्व पेपर्सचे एकत्रितपणे एकूण किमान 50% गुणांसह
लेखा विभाग	वाणिज्य शाखेतील पदवी (B.Com.) (किमान तीन वर्षांचा पदवी अभ्यासक्रम) सर्व पेपर्स मधील एकत्रित किमान 60% गुणांसह किंवा पोस्ट ग्रॅज्युएट वाणिज्य (M.Com.)/CA/ICWA मध्ये किमान पदवी सर्व पेपर्स मधील एकत्रित किमान 50% गुण.
एज्युकेशन	कोणत्याही शाखेतील किमान पदव्युत्तर पदवी एकत्रित दिलेल्या सर्व पेपर्सच्या एकूण 50% गुण.

शाखा	पात्रता
हवामानशास्त्र	कोणत्याही विज्ञान शाखेतील 10+2 उत्तीर्ण आणि पदव्युत्तर पदवी/ गणित/सांख्यिकी/भूगोल/पर्यावरण विज्ञान/कॉम्प्युटर अॅप्लिकेशन्स/ उपयोजित भौतिकशास्त्र/समुद्रशास्त्र/हवामानशास्त्र/कृषी हवामानशास्त्र/ पर्यावरणशास्त्र आणि पर्यावरण/भू-भौतिकशास्त्र/पर्यावरणीय जीवशास्त्र 50% सह. सर्व पेपर्सचे एकत्रित गुण (प्रत्येकमध्ये किमान 55% गुणांसह पदवी स्तरावर गणित आणि भौतिकशास्त्र हे विषय अभ्यासास असणे आवश्यक).

अंतिम वर्ष/सेमिस्टर परीक्षेस बसलेल्या उमेदवारांनी खालील अटी पूर्ण केल्या असतील तर ते सर्व कोर्ससाठी अर्ज करू शकतात.

a. उमेदवार सध्या कोणत्याही विषयामध्ये अनुत्तिर्ण नसावा आणि शेवटच्या सेमिस्टर/वर्षापर्यंतचे सर्व पेपर्स मिळून किमान 60% गुण असणे आवश्यक आहे. तसेच ऑनलाइन सबमिशनच्या वेळी आणि SSB च्या वेळी निकाल जाहीर झालेला असणे आवश्यक आहे.

b. उमेदवार विद्यापीठाने जारी केलेले तात्पुरते/मूळ पदवी प्रदान प्रमाणपत्र सादर करण्यास सक्षम असावेत.

टीप: 'www.careerairforce.nic.in' या वेबसाइटवर अर्ज फक्त ऑनलाइन स्वीकारले जातील. इच्छुकांनी या वेबसाइटचा आणि रोजगाराच्या बातम्यांचा वेळेवर अपडेट्स आणि विशिष्ट परीक्षेच्या सूचनांसाठी वापर करणे अपेक्षित आहे.

निवड प्रक्रिया

ज्या अर्जदारांचे ऑनलाइन अर्ज यशस्वीरित्या सबमिट केले गेले आहेत त्यांना खाली नमूद केलेल्या परीक्षा केंद्रांपैकी एकावर एअर फोर्स कॉमन ॲडमिशन टेस्ट (AFCAT) आणि इंजिनिअरिंग नॉलेज टेस्ट (EKT) (केवळ तांत्रिक शाखेसाठी अर्ज करणाऱ्या उमेदवारांसाठी लागू) साठी बोलावले जाईल. AFCAT, EKT (लागू असल्यास) आणि AFSB चाचणी बद्दलच्या माहितीसाठी उमेदवारांना त्यांच्या वैयक्तिक लॉगिन खात्यांमध्ये नियमितपणे लॉग इन करणे आवश्यक आहे.

AFCAT दोन तासांच्या कालावधीची असेल आणि त्यात शाब्दिक क्षमता, संख्यात्मक क्षमता, तर्कशक्ती, सामान्य ज्ञान आणि लष्करी योग्यता यावर बहुपर्यायी प्रश्न असतील. AFCAT ची नमुना प्रश्नपत्रिका आणि अभ्यासक्रम IAF करिअर वेबसाइट www.careerairforce.nic.in वर उपलब्ध आहे. EKT चाचणी AFCAT नंतर लगेच आयोजित केली जाईल आणि तिचा कालावधी 45 मिनिटांचा असेल.

STEP 1: AFCAT लेखी परीक्षा

AFCAT परीक्षा पॅटर्न

परीक्षा	विषय	कालावधी	प्रश्नांची संख्या	कमाल गुण
AFCAT	सामान्य जागरुकता, इंग्रजीतील मौखिक क्षमता, संख्यात्मक क्षमता आणि तर्कशक्ती आणि लष्करी योग्यता चाचणी	02 तास	100	300
EKT [(तांत्रिक) शाखा म्हणून निवडलेल्या उमेदवारांसाठी]	मेकॅनिकल, संगणक विज्ञान आणि इलेक्ट्रिकल आणि इलेक्ट्रॉनिक्स	45 मिनिट	50	150

AFCATपरीक्षेच्या प्रश्नपत्रिकेत एकूण 100 प्रश्न असतील. AFCAT परीक्षेसाठी निश्चित केलेला एकूण वेळ 2 तासांचा आहे. निगेटिव्ह मार्किंग आहे. प्रत्येक प्रश्नाला 3 गुण असतात. चुकीच्या उत्तरासाठी 1 मार्क वजा केला जातो.

AFCAT अभ्यासक्रम: अभ्यासक्रम, परीक्षा केंद्रे इत्यादी तपशीलवार माहितीसाठी इच्छुकांनी विशिष्ट परीक्षेच्या अधिसूचना अभ्यासणे अपेक्षित आहे.

सामान्यज्ञान: इतिहास, क्रीडा, भूगोल, पर्यावरण, नागरिकशास्त्र, मूलभूत विज्ञान, संरक्षण, कला, संस्कृती, चालू घडामोडी, राजकारण इ.

इंग्रजीतील मौखिक क्षमता: आकलन, त्रुटी शोध, वाक्य पूर्ण करणे, समानार्थी शब्द, विरुद्धार्थी शब्द आणि शब्दसंग्रहाचे परीक्षण.

संख्यात्मक क्षमता: दशांश अपूर्णांक, सरलीकरण, सरासरी, नफा आणि तोटा, टक्केवारी, गुणोत्तर आणि प्रमाण आणि साधे व्याज.

तर्क आणि लष्करी योग्यता चाचणी: शाब्दिक कौशल्ये आणि स्थान संबंधी क्षमता.

EKT परीक्षा: अभियांत्रिकी ज्ञान चाचणी.

EKT परीक्षा अभ्यासक्रम: इच्छुकांनी EKT परीक्षांच्या अभ्यासक्रमाविषयी तपशीलवार माहितीसाठी विशिष्ट परीक्षेच्या अधिसूचना अभ्यासणे अपेक्षित आहे.

अभियांत्रिकी ज्ञान चाचणी EKT ही एक सामान्य चाचणी आहे ज्याचा उद्देश एरोनॉटिकल इंजिनिअरिंग अभ्यासक्रमांसाठी अर्ज केलेल्या उमेदवारांच्या मूलभूत अभियांत्रिकी ज्ञानाची चाचणी घेणे आहे. जे उमेदवार AFCAT साठी अर्ज करत आहेत आणि तांत्रिक शाखेची निवड करत आहेत त्यांना AFCAT परीक्षेच्या 2 तासांनंतर लगेच 30 मिनिटांची EKT लेखी परीक्षा द्यावी लागते. उमेदवाराला संगणक किंवा इलेक्ट्रिकल आणि इलेक्ट्रॉनिक्स यापैकी एक विषय निवडावा लागतो आणि तुमच्या EKT विषयाच्या निवडीवर आधारित प्रशपत्रिका तुम्हाला सोडवावी लागते.

AFCAT साठीची योग्य तयारी कशी करावी?

AFCAT लेखी परीक्षा दिवसेंदिवस कठीण होत आहे. केवळ लेखी परीक्षाच नाही तर उमेदवारांच्या निवडीची संख्याही कमी होत आहे. जेव्हा असे म्हटल्या जाते की AFCAT लेखी परीक्षा दिवसेंदिवस कठीण होत आहे, तेव्हा हे देखील तितकेच खरे आहे की जर तुम्ही तयारीसह गेलात तर ती सोपी होईल. जर तुम्ही लेखी परीक्षेच्या फक्त 10 दिवस आधी सराव केला, तर तुम्ही ती सहजपणे उत्तीर्ण होऊ शकता (या मध्ये तुमच्याकडे ती उत्तीर्ण होण्यासाठी किमान सरासरी कौशल्ये आहेत हे गृहीत धरलेले आहे).

आता, तुमच्याकडे सर्व संसाधने आहेत त्याला अनुसरून तयारीची योजना कशी करायची ते ठरवू. त्यासाठी तुम्हाला AFCAT प्रश्नपत्रिकेचे स्वरूप काय आहे हे माहित असणे आवश्यक आहे.

(जे तुम्ही मागील प्रश्नपत्रिकांमधून तपासू शकता). आता आपण कशाला प्रथम प्राधान्य द्यायचे हे ठरवून त्यावर अधिक लक्ष केंद्रित करु शकतो.

AFCAT लेखी परीक्षेच्या विविध विभागांची तयारी कशी करावी?

1. सामान्य ज्ञान: आपल्यापैकी बहुतेकांना सामान्य ज्ञान विभाग कठीण वाटू शकतो कारण या विषयाच्या तयारीकरिता द्यावा लागणार वेळ हा निश्चितच जास्त असतो. कितीही तयारी केलेली असू देत;कधी कधी तुम्हाला प्रश्नपत्रिकेत आलेले प्रश्न हे त्या विषयाशी संबंधित असतीलच याची काहीच खात्री नाही. पण सहा - सात महिन्यांपूर्वी घडलेल्या घटनांवर एक नजर टाकली तर ती गोष्ट तुम्हाला चांगले गुण मिळवून देण्यात नक्कीच मदत करेल पण म्हणून सामान्य ज्ञानाशी संबंधित सर्व काही वाचण्यासाठी अधिक वेळ घालवणे निश्चितच गरजेचे नाही. सामान्य ज्ञान विषयाची तयारी ही अशी गोष्ट आहे जी कमी कालावधीत करता येत नाही जर तुम्हाला तुमच्या सामान्य ज्ञानामध्ये सुधारणा करण्याची इच्छा असेल तर त्याची सुरुवात आत्तापासूनच करणे योग्य होईल.

साधारणपणे प्रशपत्रिका सोडविण्याची सुरुवात तुम्ही सामान्य ज्ञान विभागापासून करू शकताकारण हे प्रश्न सोडविण्यासाठी जास्त वेळ द्यावा लागत नाही. तसेच मेंदू ताजातवाना असताना सामान्य ज्ञानाच्या प्रश्नांची उत्तरे कमी वेळात आठवणे शक्य असते किंवा मग सर्वात शेवटी इतर विभाग सोडवून झाल्यावर तुम्ही सामान्य ज्ञानाची प्रश्नपत्रिका सोडवू शकता.

2. इंग्रजी शाब्दिक क्षमता: या विभागाची काठिण्य पातळी सरासरी आहे. आपण त्याला सरासरी म्हणू शकतो कारण ते सोपे नाही. कधीकधी तर ते सरासरी पेक्षाही अधिक कठीण असते. भारतीय हवाई दलाने प्रश्नपत्रिकांचा दर्जा उंचावला आहे आणि तुम्हाला हा विभाग खरोखरच कठीण वाटेल. परंतु, इंग्रजी भाषेवर मजबूत पकड असलेल्या उमेदवारांना अशा कोणत्याही अडचणीचा सामना करावा लागणार नाही. याविभागातील प्रश्न सोडविण्यासाठी थोडा जास्त वेळ लागतो तसेच परिच्छेद आणि वाक्ये वाचताना खूप एकाग्रता आवश्यक असते. या विभागातील प्रशपत्रिका सोडविणे शेवटपर्यंत न ठेवता त्याची सोडविण्याची सुरुवात लवकर करणे चांगले आहे.

3. संख्यात्मक क्षमता: जर तुमचे गणिताचे ज्ञान सर्वसाधारणपणे चांगले असेल तर हा विभाग तुमच्यासाठी सोपा आहे. तसेच, तुम्हाला हे माहित आहे की तुम्हाला कोणत्या प्रकारचे प्रश्न सोडवावे लागणार आहेत ज्यामुळे तुमची तयारी सुलभ होते. गणित विषयात चांगले असलेले उमेदवार प्रश्नपत्रिका सोडविण्याची सुरुवात या विभागापासून करू शकतात परंतु इतर ज्यांना खात्री नाही ते नंतर सोडविण्यासाठी ठेऊन इतर विषय ज्यातून

जास्तीत जास्त गुण मिळविता येतील तो विभाग आधी सोडवू शकतात. कारण एकदा तुम्ही गणित विभागातील प्रश्न सोडविणे सुरु केले आणि एखाद्या प्रश्नाचे उत्तर मिळविण्यास वेळ लागत असेल तर त्यामुळे तुमचा आत्मविश्वास कमी होऊ शकतो.

4. रिझनिंग आणि मिलिटरी ऑटिट्यूड टेस्ट: हा विभाग खूप सोपा आहे. यासाठी थोडी एकाग्रता आवश्यक आहे पण हे प्रश्न सहज सोडविता येण्यासारखे असतात. येथे लिंक केलेली काही उदाहरणे पाहणे योग्य ठरेल. या विभागाअंतर्गत दोन प्रकारचे प्रश्न येतात जे शाब्दिक कौशल्य आणि अवकाशीय क्षमता यावर आधारित असतात.

AFCAT मध्ये निगेटिव्ह मार्किंग: AFCAT साठी कट ऑफ 150 किंवा त्यापेक्षा जास्त आहे. त्यानुसार प्रश्नपत्रिका सोडविण्याची योजना करा आणि निष्काळजीपणा करू नका कारण AFCAT मधील तीन चुकीच्या उत्तरांसाठी तुमच्या एका योग्य उत्तराची किंमत मोजावी लागते.

AFCAT कट ऑफ मार्क्स

AFCAT पेपरमध्ये 4 विभाग असतात जसे की संख्यात्मक क्षमता, सामान्य जागरूकता, इंग्रजीतील शाब्दिक क्षमता, तर्क आणि लष्करी योग्यता चाचणी. ज्या उमेदवारांचे गुण कटऑफपेक्षा जास्त असतील ते परीक्षेत पात्र ठरतात. इ. स. 2016-2021 या वर्षामधील कट ऑफ गुणांच्या तुलनेत अर्जदार त्यांची गुणवत्ता खालील यादी वरून तपासू शकतात.

वर्षे	AFCAT 1 कटऑफ	AFCAT 2 कटऑफ
2016	132/300 आणि EKT 52/150	135/300 आणि EKT 54/150
2017	148/300 आणि EKT 60/150	160/300 आणि EKT 60/150
2018	155/300 आणि EKT 60/150	140/300 आणि EKT 55/150
2019	133/300 आणि EKT 50/150	142/300 आणि EKT 50/150
2020	153/300 आणि EKT 40/150	155/300 आणि EKT 40/150
2021	153/300 आणि EKT 40/150	-----

STEP 2: AFSB एअर फोर्स सिलेक्शन बोर्ड चाचणी

जर तुम्ही प्रथम पायरी यशस्वीरीत्या पार केली असेल, तर तुम्हाला डेहराडून, वाराणसी, गांधीनगर आणि म्हैसूर येथे असलेल्या हवाई दलाच्या निवड मंडळांपैकी कोणत्याही एका ठिकाणी हजर राहण्यासाठी कॉल लेटर मिळेल. एअर फोर्स सिलेक्शन बोर्ड (AFSB) मध्ये, तुमची योग्यता तपासण्यासाठी आणि भारतीय हवाई दलातील अधिकारी म्हणून तुमची क्षमता मोजण्यासाठी तुम्हाला खालील चाचण्यांमधून जावे लागेल.

1. स्टेज I चाचणी

- अधिकारी बुद्धिमत्ता रेटिंग चाचणी

- धारणा आणि चर्चा चाचणी

स्टेज I ही स्क्रीनिंग चाचणी आहे. जे उमेदवार स्टेज-I मध्ये पात्र ठरतात त्यांनाच स्टेज II चाचणी साठी घेतले जाते. पहिल्या टप्प्यात अपात्र ठरलेल्या उमेदवारांना निकाल जाहीर झाल्यानंतर परत पाठवले जाते.

2. स्टेज II चाचणी

सर्व स्टेज I पात्र उमेदवारांच्या पुढील तीन ते चार दिवसांत दुसऱ्या टप्प्यातील खालील चाचण्या घेतल्या जातात.

- मानसशास्त्रीय चाचण्या:- या लेखी चाचण्या आहेत ज्या मानसशास्त्रज्ञांमार्फत घेतल्या जातात.

- गट चाचण्या: या परस्परसंवाद अंतर्भूत असलेल्या इनडोअर आणि आउटडोअर ॲक्टिव्हिटी आहेत ज्या मध्ये मानसिक आणि शारीरिक कामाचे संयोजन केलेले असते.

- मुलाखतीमध्ये मुलाखत घेणाऱ्या अधिकारी व्यक्तीशी वैयक्तिक संभाषण समाविष्ट असते.

या चाचण्या निवड मंडळात घेतल्या जाण्यापूर्वी त्या तुम्हाला तपशीलवार समजावून सांगितल्या जातील.

OLQ चाचण्यांचे वेळापत्रक खालीलप्रमाणे असते

दिवस	फ्लाईंग	तांत्रिक	ग्राउंड ड्युटी
दिवस 1	पहिला टप्पा चाचणी - अधिकारी बुद्धिमत्ता रेटिंग चाचणी आणि चित्र धारणा आणि चर्चा चाचणी		
दिवस 2	गट चाचण्या	गट चाचण्या	गट चाचण्या
दिवस 3	गट चाचण्या	गट चाचण्या	गट चाचण्या
दिवस 4	मुलाखत	मुलाखत	मुलाखत
दिवस 5	कॉन्फरन्स	कॉन्फरन्स	कॉन्फरन्स
दिवस 6	PABT*		

PABT*: पायलट एटीट्यूड बॅटरी टेस्ट

*पायलट एटीट्यूड बॅटरी टेस्ट (PABT) ही एकमेव चाचणी आहे. पायलट म्हणून प्रशिक्षित होण्यासाठी उमेदवाराच्या योग्यतेचे मूल्यांकन करणे हे त्याचे उद्दिष्ट आहे. संभाव्य अधिकाऱ्यांना भारतीय हवाई दलाच्या फ्लाइंग ब्रँचमध्ये समाविष्ट करण्यासाठी PABT हे स्वतंत्र निवड निकष म्हणून वापरले जात आहे. PABT मध्ये इन्स्ट्रुमेंट बॅटरी टेस्ट (INSB), सेन्सरी मोटर एपरेटस टेस्ट (SMA) आणि कंट्रोल व्हेलॉसिटी टेस्ट (CVT) या तीन चाचण्यांचा समावेश आहे. इन्स्ट्रुमेंट बॅटरी टेस्ट (INSB) ही पेपर पेन्सिल चाचणी आहे आणि इतर दोन मशीन चाचण्या आहेत. इन्स्ट्रुमेंट्स बॅटरी टेस्ट (INSB) मध्ये दोन भाग असतात. ही चाचणी केलेले ब्रीफिंग आत्मसात करणे आणि विमानाच्या इन्स्ट्रुमेंट पॅनेलचे डायल वाचण्याची आणि त्याचा अर्थ लावण्यासाठी व्यक्तीच्या क्षमतेचे मूल्यांकन करते. किमान निर्धारित निकष पूर्ण करणारे उमेदवार मशीन चाचणीस पात्र असतात. मशीन चाचणीमध्ये सेन्सरी मोटर उपकरण चाचणी (SMA) आणि नियंत्रण वेग चाचणी (CVT) समाविष्ट आहे. या चाचण्या व्यक्तीचे मानसिक व्यवहार आणि स्नायूंमधील समन्वय कौशल्य मोजतात. या चाचण्या एकाच दिवशी घेतल्या जातात आणि आयुष्यात फक्त एकदाच केल्या जातात.

STEP 3: वैद्यकीय तपासणीचे आयोजन

निवड मंडळाने तुमची शिफारस केल्यास, तुम्हाला एअर फोर्स सेंट्रल मेडिकल एस्टॅब्लिशमेंट (एएफसीएमई), नवी दिल्ली किंवा इन्स्टिट्यूट ऑफ एव्हिएशन मेडिसिन, बेंगळुरू येथे वैद्यकीय तपासणीसाठी पाठविले जाते. मेडिकल तपासणीसाठी दिलेल्या तारखेला उमेदवार हजर नसल्यास उमेदवारी रद्द होऊ शकते.

STEP 4: अखिल भारतीय गुणवत्ता यादी तयार करणे

AFSBs द्वारे शिफारस केलेले आणि वैद्यकीयदृष्ट्या तंदुरुस्त घोषित केलेले उमेदवार विविध शाखा/उपशाखांमध्ये उपलब्ध रिक्त पदांच्या संख्येनुसार अखिल भारतीय गुणवत्ता यादीनुसार प्रशिक्षणासाठी पात्र असतात.

तांत्रिक आणि ग्राउंड ड्युटी शाखांमध्ये कायम स्वरूपी किंवा शॉर्ट सर्विस कमिशन मधील नेमणूक ही रिक्त पदांची संख्या, निवड प्रक्रियेतील कामगिरी आणि एअरमेन उमेदवारांनी दिलेल्या निवडीवर आधारित असते.

तांत्रिक आणि ग्राउंड ड्युटी शाखांमधील 10% रिक्त पदे NCC एअर विंग 'C' प्रमाणपत्र धारकांसाठी राखीव आहेत.

प्रशिक्षण

सर्व अभ्यासक्रमांसाठी जानेवारीच्या पहिल्या आठवड्यात प्रशिक्षण सुरू होते. वायुसेना प्रशिक्षण आस्थापनांमध्ये दिल्या जाणाऱ्या प्रशिक्षणाचा कालावधी हा फ्लाइंग आणि तांत्रिक शाखांसाठी 74 आठवडे आणि ग्राउंड ड्युटी शाखेचा 52 आठवडे असतो.

E. भारतीय तटरक्षक दल
(INDIAN COAST GUARD)

पुरुष आणि महिलांना भारतीय तटरक्षक दलात अधिकारी बनण्याची उत्तम संधी

भारतीय तटरक्षक दल (ICG) हे भारताचे सशस्त्र दल आहे. हे दल विविध शाखांमध्ये ASSISTANT COMMANDANT सहाय्यक कमांडंट पदावरील गट 'अ' राजपत्रित अधिकारी म्हणून तुम्हाला आव्हानात्मक आणि प्रेरणादायी कारकीर्द घडविण्याची संधी देते.

कोस्ट गार्डमध्ये जनरल **ड्युटी ऑफिसर, पायलट ऑफिसर, टेक्निकल ऑफिसर** किंवा **लॉ ऑफिसर** म्हणून चारपैकी एका शाखेत अधिकारी नियुक्त केले जातात. महिलांना सर्व शाखांमध्ये अधिकारी म्हणून नियुक्त केले जाते, परंतु त्या फक्त किनाऱ्यावरील आस्थापना/मुख्यालयातच काम करतात. भारतीय तटरक्षक जहाजांवर महिलांना तैनात केले जात नाही.

ऑफिसर्स जनरल ड्युटी शाखा: ही भारतीय तटरक्षक दलाची नित्यकर्म करणारी शाखा आहे. समुद्रातील जहाजांची कमांड फक्त जनरल ड्युटी शाखेच्या अधिकाऱ्यानाच करता येते. जनरल ड्युटी शाखा अधिकारी म्हणून तुम्हाला शस्त्रे, सेन्सर ऑपरेट करणे आणि कमांड करणे ही कामं करावी लागतात ज्या साठी तुम्हाला उपकरणांचे विस्तृत ज्ञान असणे आवश्यक असते. तुमच्या जहाजाची आणि माणसांची सुरक्षा, युद्धकाळामधील रणनीती आणि शांततेच्या काळात जहाजाची नित्यकर्मे करणे या तुमच्या जबाबदाऱ्या असतात.

पायलट: भारतीय तटरक्षक विशेष आर्थिक क्षेत्राच्या निगराणीसाठी किनाऱ्यावरील हवाई स्थानकांवरून फिक्स्ड विंग एअरक्राफ्ट चालवतात. याव्यतिरिक्त, स्थानिक पाळत ठेवण्यासाठी आणि समुद्रात शोध आणि बचाव मोहीम करण्यासाठी कोस्ट गार्ड ऑफशोर पेट्रोल व्हेसल्सवर हेलिकॉप्टर उतरवले जातात. ही विमाने समुद्रात चालवणे हे आव्हानात्मक काम आहे आणि त्यामुळे तुमची विशेष कौशल्ये समोर येतील. पायलट शाखेचा अधिकारी

या नात्याने, तुम्हाला भारताच्या किनारपट्टीवरील हवाई स्थानकांवर तसेच जहाजांवर प्रवास करण्याची संधी मिळेल.

तांत्रिक शाखा: आधुनिक जहाजे आणि विमाने आधुनिक तंत्रज्ञान आणि यंत्रसामग्रीने परिपूर्ण असलेली आहेत. ही सर्व उपकरणे सेवायोग्य ठेवण्याची जबाबदारी तांत्रिक शाखेची असते. तुम्हाला कोस्ट गार्ड दुरुस्ती संस्थांमध्ये, किनाऱ्यावरील नोकऱ्यांमध्ये काम करण्याची संधी देखील असते. इतर फार कमी करिअरमध्ये तुम्हाला अभियांत्रिकीमधील आधुनिक घडामोडींची माहिती ठेवण्याच्या इतक्या विस्तृत संधी उपलब्ध होऊ शकतात. तुमचे करिअर पोस्ट ग्रॅज्युएशन स्तरापर्यंतच्या तांत्रिक प्रशिक्षण अभ्यासक्रमांसोबत जोडले जाईल.

कोस्ट गार्डमध्ये महिला: कोस्ट गार्डमध्ये फक्त जनरल ड्युटी, जनरल ड्युटी (पायलट/ नेव्हिगेशन) आणि जनरल ड्युटी (CPL धारक, शॉर्ट सर्व्हिस एंट्री) शाखांमध्ये अधिकारी म्हणून महिलांची भरती केली जाते. महिलांची निवड प्रक्रिया पुरुष उमेदवारांसारखीच असते. महिला अधिका-यांना समुद्रात जाणाऱ्या नॉन-गोइंग अपॉईंटमेंटमध्ये नियुक्त केले जाते. इतर सशस्त्र दलांप्रमाणे, कोस्ट गार्डमधील महिला अधिका-यांना सीपीएल धारक आणि जनरल ड्युटी शाखा – अल्प सेवा नियुक्ती वगळता सेवानिवृत्तीपर्यंत सेवा देण्याचा पर्याय आहे.

शाखा आणि पात्रता: खालील किमान पात्रता असलेले अविवाहित भारतीय नागरिक अर्ज करण्यास पात्र आहेत:

अनु. क्र.	शाखा	शैक्षणिक पात्रता	लिंग आणि शारीरिक मापदंड	वय
a	जनरल ड्युटी	केंद्राद्वारे/राज्य सरकार/ यूजीसी मान्यताप्राप्त विद्यापीठाची बॅचलर पदवी एकूण 60% गुणांसह आणि इयत्ता बारावी भौतिकशास्त्र आणि गणित विषयांसह एकूण किमान 60%गुण	पुरुष उंची - 157 सेमी (किमान), वजन उंचीच्या प्रमाणानुसार डोळ्यांची दृष्टी 6/6 आणि 6/9 चष्म्याशिवाय	वय - 21-25 वर्षे वय (SC/ST साठी वयाची अट 5 वर्षे आणि OBC साठी 3 वर्षे शिथिल)

अनु. क्र.	शाखा	शैक्षणिक पात्रता	लिंग आणि शारीरिक मापदंड	वय
b	जनरल ड्युटी I) पायलट II) नेव्हिगेटर किंवा निरीक्षक	बी. एस्सी. भौतिकशास्त्र आणि गणित या विषयांसह आणि ६०%एकूण गुणांसहित (बी. एस्सी. च्या शेवटच्या वर्षाला भौतिकशास्त्र किंवा गणित या विषयांपैकी एक विषय असावा) आणि बारावी इयत्तेमध्ये भौतिकशास्त्र आणि गणित या विषयांमध्ये किमान 60% गुण असणे आवश्यक	पुरुष उंची - किमान 162.5 सेमी कमाल 197 सेमी, पायाची लांबी किमान 99 सेमी, वजन उंचीच्या प्रमाणानुसार डोळ्यांची दृष्टी 6/6 चष्म्याशिवाय	वय - 19-27 वर्षे (SC/ST साठी वयाची अट 5 वर्षे आणि OBC साठी 3 वर्ष शिथिल)
c	तांत्रिक शाखा (यांत्रिक/ वैमानिक/ विद्युत)	i)इंजिनीअरिंग डिग्री ऑल इंडिया कौन्सिल फॉर टेक्निकल एज्युकेशन (AICTE) ची मान्यता असलेली एकूण 60% गुणांसहित:- नेव्हल आर्किटेक्चर/मेकॅनिकल/ मरिन/डिझाईन/इंडस्ट्रियल अँड प्रोडक्शन/ ऐरोनौटिकल/इंस्ट्रुमेंटेशन अँड कंट्रोल /इलेक्ट्रिकल/ इलेक्ट्रॉनिक्स अँड टेली कम्युनिकेशन	पुरुष उंची - 157 सेमी, वजन उंचीच्या प्रमाणानुसार डोळ्यांची दृष्टी 6/12 आणि 6/36	वय - 21-30 वर्षे (SC/ST साठी वयाची अट 5 वर्षे आणि OBC साठी 3 वर्ष शिथिल)

अनु. क्र.	शाखा	शैक्षणिक पात्रता	लिंग आणि शारीरिक मापदंड	वय
		ii) इयत्ता 12वी किंवा तीन वर्षांच्या डिप्लोमा कोर्समध्ये भौतिकशास्त्र आणि गणितामध्ये एकूण 60% गुण किंवा इन्स्टिट्यूट ऑफ इंजिनियर (इंडिया) च्या विभाग A आणि B ची परीक्षा 60% गुणांसह वर सूचीबद्ध केलेल्या कोणत्याही शाखेत उत्तीर्ण केलेली असावी.		
d	(हेलिकॉप्टर आणि फिक्स्ड विंग) व्यावसायिक पायलट परवानाधारक	60% गुणांसह 12वी उत्तीर्ण आणि प्राथमिक निवडीच्या तारखेला DGCA ने मंजूर केलेला चालू आणि वैध व्यावसायिक पायलट परवाना (CPL) असणे आवश्यक आहे.	पुरुष आणि महिला उंची - किमान 162.5 सेमी कमाल 197 सेमी, पायाची लांबी किमान 99 सेमी, उंचीच्या प्रमाणात वजन, चष्म्याशिवाय डोळ्यांची दृष्टी 6/6.	वय - 19-27 वर्षे (SC/ST साठी वयाची अट 5 वर्षे आणि OBC साठी 3 वर्ष शिथिल)

अनु. क्र.	शाखा	शैक्षणिक पात्रता	लिंग आणि शारीरिक मापदंड	वय
e	जनरल ड्युटी (महिला)	केंद्राद्वारे/राज्य सरकार/ यूजीसी मान्यताप्राप्त विद्यापीठाची बॅचलर पदवी एकूण 60% गुणांसह आणि इयत्ता बारावी भौतिकशास्त्र आणि गणित विषयांसह एकूण किमान 60%गुण	महिला उंची - 152 सेमी, वजन उंचीच्या प्रमाणानुसार डोळ्यांची दृष्टी 6/6 आणि 6/9 चष्म्याशिवाय	वय - 21-25 वर्षे वय (SC/ST साठी वयाची अट 5 वर्षे आणि OBC साठी 3 वर्ष शिथिल)

शॉर्ट सर्विस अपॉइंटमेंट: 08 वर्षांच्या कालावधीसाठी सहाय्यक कमांडंट म्हणून शॉर्ट सर्विस अपॉइंटमेंट केल्या जाते ज्याला 10 वर्षे आणि पुढे 14 वर्षापर्यंत मुदतवाढ देता येऊ शकते.

टीप: (केवळ NCC 'C' प्रमाणपत्र ('A' ग्रेड) धारक, राष्ट्रीय स्तरावरील खेळाडू आणि सेवेत असताना मरण पावलेल्या तटरक्षक दलातील कर्मचाऱ्यांच्या प्रभागांसाठी) पदवी प्रमाणपत्रात एकूण गुणांमध्ये किमान 5% सूट देण्यात येते परंतु 12वी इयत्तेच्या गुणांमध्ये कोणतीही सूट नाही. गुण शॉर्ट लिस्ट करताना जास्त टक्केवारी असलेल्या उमेदवारांना प्राधान्य दिले जाते.

अतिरिक्त पात्रता निकष

1. पायलट एटीट्यूड बॅटरी टेस्ट (PABT) मध्ये नापास झालेले किंवा वायुसेना अकादमीतील उड्डाण प्रशिक्षणातून निलंबित केल्या गेलेल्या उमेदवारांना पायलट शाखेसाठी अर्ज करता येत नाही परंतु ते नेव्हिगेटरसाठी अर्ज करू शकतात.

2. अंतिम वर्ष/सेमिस्टर परीक्षेत बसलेले उमेदवार आणि निकालाच्या प्रतीक्षेत असलेले उमेदवार देखील अर्ज करू शकतात परंतु ते मागील वर्षाच्या सर्व विषयात उत्तीर्ण असावेत. अशा उमेदवारास प्राथमिक निवडीच्या वेळी विद्यापीठाने जारी केलेले तात्पुरते/मूळ पदवी प्रमाणपत्र सादर करावे लागेल. महाविद्यालयाने दिलेले तात्पुरते पदवी प्रमाणपत्र ग्राह्य धरले जाणार नाही.

3. गणित आणि भौतिकशास्त्रासह बारावी उत्तीर्ण झाल्यानंतर 5 वर्षांची एलएलबी पदवी किंवा 10+2 मध्ये भौतिकशास्त्र + गणित विषयासह तीन वर्षांचे एलएलबी उत्तीर्ण असलेले उमेदवार देखील जनरल ड्युटी शाखेत अर्ज करू शकतात.

निवड प्रक्रिया

अर्ज केवळ वेबसाइटवर ऑनलाइन स्वीकारले जातील.

इच्छुकांनी "www.joincoastguard.org." या वेबसाइटचा आणि रोजगाराच्या बातम्यांचा वेळेवर अपडेट्स आणि विशिष्ट परीक्षेच्या सूचनांसाठी वापर करणे अपेक्षित आहे.

↓

ऑनलाइन अर्जाद्वारे शॉर्टलिस्ट केलेल्या उमेदवारांना प्राथमिक निवडीसाठी बोलावले जाईल.

↓

प्राथमिक निवड

पायलटसाठी PABT (पायलट एटीट्यूड बॅटरी टेस्ट): पात्रताधारक FSB वरील GD (पायलट) उमेदवारांना PABT साठी डेहराडून/म्हैसूर AFSSBs येथे उपस्थित राहणे आवश्यक आहे.

↓

वैद्यकीय: अंतिम निवड मंडळाने शिफारस केलेल्या सर्व उमेदवारांची जवळच्या लष्करी रुग्णालयात वैद्यकीय तपासणी केली जाईल.

↓

गुणवत्ता यादी: उमेदवारांनी मिळवलेल्या गुणांच्या आधारे वैद्यकीयदृष्ट्या तंदुरुस्त उमेदवारांसाठी गुणवत्ता यादी तयार केली जाते.

भारतीय तटरक्षक दलात रँक प्रमाणे खालील वेतन संरचना लागू आहे.

रँक	पे स्केल	ग्रेड
असिस्टंट कमांडंट	रु. 15600–39100	रु. 5400
असिस्टंट कमांडंट	रु. 15600–39100	रु. 6600
कमांडंट (कनिष्ठ श्रेणी)	रु. 15600–39100	रु. 7600
उपमहानिरीक्षक	रु. 37400–67000	रु. 8700
महानिरीक्षक	रु. 37400–67000	रु. 8900
महासंचालक	रु. 37400–67000	रु. 10000

F. SERVICE SELECTION BOARD (SSB)

सैन्यदल अनेक क्षेत्रात तरुण पुरुष आणि महिलांना अतिशय रोमांचक कारकिर्दीची संधी देते. सैन्यातील करिअर म्हणजे करिअर शिवाय मुळातच एक साहसपूर्ण कार्य आहे. योग्य उमेदवार निवडले जातील याची खात्री करण्यासाठी, सैन्य दलांमार्फत सेवा निवड मंडळाने (SSB) घेतलेल्या मुलाखतीद्वारे सर्वसमावेशक निवड प्रक्रिया अवलंबली जाते. सेवा निवड मंडळाची मुलाखत ही सर्वात कठीण मुलाखत असते हे तुम्ही अनेक लेखांमध्ये वाचले असेल. खरं तर या मुलाखतीत दिसणारे उमेदवारही या मताला दुजोरा देतात की SSB ही भारतातील सर्वात कठीण मुलाखत आहे. म्हणून आम्ही या मुद्द्याचा आणखी बारकाईने अभ्यास करण्याचे ठरवले आणि त्याच्या निष्कर्षात आम्हाला कळले की SSB ही भारतातील सर्वात कठीण मुलाखत का आहे.

ही निवड प्रणाली नेतृत्वाच्या "वैशिष्ट्य सिद्धांत" वर आधारित आहे जी असे गृहीत धरते की प्रत्येक नेत्यामध्ये काही विशिष्ट आणि पूर्व-निर्धारित नेतृत्व गुण असणे आवश्यक आहे. यात असेही गृहीत धरल्या जाते की अशी गुणवैशिष्ट्ये उमेदवाराने वेळोवेळी आत्मसात केली जाऊ शकतात याचा अर्थ असा होतो की एसएसबी मुलाखतीत एकदा नाकारलेल्या व्यक्तीने वेळोवेळी काही गुण आत्मसात केल्यास यशस्वी होण्याची शक्यता असते. सध्याची निवड पद्धत जरी लांबलचक असली आणि चार ते पाच दिवसांचा कालावधी घेत असली तरी ती प्रत्येक उमेदवाराच्या वस्तुनिष्ठ मूल्यांकनावर आधारित आहेज्यामध्ये पुढाकार, सतर्कता, निर्णयक्षमता, धैर्य, शारीरिक तंदुरुस्ती, सहनशक्ती, सहकार्य, गटनियोजन, निर्णायकता, ज्ञान इत्यादींचा विचार केला जातो. याव्यतिरिक्त, उमेदवाराच्या मानसिक दृढतेचा विचार केला जातो आणि शेवटी एका वैयक्तिक मुलाखतीद्वारे उमेदवाराच्या व्यक्तिमत्त्वाचे संपूर्ण मूल्यमापन केले जाते.

'सर्वोत्तम' उमेदवारा ऐवजी, संरक्षण दल 'योग्य' उमेदवार निवडते: संरक्षण दल ही एक अशी संस्था आहे जेथे अधिकारी म्हणून सर्वोत्तम उमेदवार नको असतात, तर त्या पदासाठी योग्य उमेदवार हवे असतात. समजा तुम्ही कोणत्याही इतर ठिकाणी मुलाखतीसाठी गेला आणि तेथे मुलाखती साठी आलेल्या लोकांची संख्या 'क्ष' आहे तर तेथील निवड ही त्या पदासाठी असलेल्या रिक्त स्थानांच्या संख्येप्रमाणे केली जाईल. मुलाखती साठी आलेल्या उमेदवारांपैकी जो सर्वोत्कृष्ट वाटेल त्याची निवड केल्या जाईल. SSB मध्ये त्यांना त्या पदासाठी अनुरूप योग्यतेचे उमेदवार हवे असतात. जर त्यांना योग्य उमेदवार सापडले नाहीत, तर ते सर्व उमेदवारांना बाद ठरवतील परंतु जर

त्यांना त्यामध्ये अनेक उमेदवार अनुरूप योग्यतेचे आढळले तर ते सर्वांची शिफारस करतील. या मागचे प्रमुख कारण म्हणजे संरक्षण दलातील अधिकाऱ्यांची कमतरता हे आहे परंतु संरक्षण दलात अधिकाऱ्यांची कमतरता असण्याचे कारणच एसएसबी मुलाखतीची काठिण्य पातळी आणि फक्त योग्य उमेदवारांची निवड ना की सर्वोत्तम उमेदवाराची हे आहे.

तीन पदरी निवड प्रक्रिया: SSB मध्ये तीन लोक तीन वेगवेगळ्या दृष्टीकोनातून तुमचे परीक्षण करीत असतात. मानसशास्त्रज्ञ तुमच्या मानसिक क्षमता तपासत असतो, तो/ती तुमच्या अनेक चाचण्या घेऊन अधिकारी पदासाठी आवश्यक असलेले गुण तुमच्याकडे आहेत याची खात्री करतो. मुलाखत घेणारे अधिकारी तुमच्याशी प्रत्यक्ष बोलून आणि तुमच्या उत्तरांवर आधारित निष्कर्ष काढतात. GTO (ग्रुप टास्क ऑफिसर) तुमची गटामध्ये काम करण्याबाबतची क्षमता आणि इतर सामाजिक गुणांची चाचणी घेतात. तुम्ही कोणत्याही दोन (काही प्रकरणांमध्ये तिन्ही) स्तरांवर उत्तीर्ण झाल्यास, फक्त तुमची शिफारस केली जाते. या अधिकाऱ्यांचे निष्कर्ष स्वतंत्र असतात आणि कोणीही दुसऱ्याच्या निर्णयामध्ये हस्तक्षेप करत नाही. बोर्ड कॉन्फरन्ससाठी निवडलेल्या कोणत्याही उमेदवाराबद्दल ते कधीही चर्चा करत नाहीत.

मनसा, कर्म, वचन आणि OLQ's (ऑफिसर लाईक क्वालिटीज): असे म्हटले जाते की SSB उत्तीर्ण होण्यासाठी तीनही मूल्यांकनकर्त्यांच्या निष्कर्षात तुम्ही समान व्यक्तिमत्वाचे असणे आवश्यक आहे. याचा अर्थ तुमच्याकडील OLQतिन्ही निकालांमध्ये समान असल्या पाहिजेत. दुसऱ्या शब्दांत सांगायचे तर, तुम्ही मनोवैज्ञानिक चाचण्यांच्या पेपरमध्ये जे लिहिता ते तुम्ही मुलाखत घेणाऱ्या अधिकाऱ्याला जे काही बोलता त्याच्याशी सुसंगत असले पाहिजे आणि ते तुमच्या ग्रुप टास्किंग मधील कामगिरीशी जुळले पाहिजे. जर तुम्ही कोणतीही खोटी प्रतिक्रिया देत नसाल तर साधारणपणे तिन्ही मूल्यांकनकर्त्यांचे निकाल जुळले पाहिजेत, अशा प्रकारे तुमची शिफारस केली जाईल.

सेवा निवड मंडळाकडे कठोर मापदंड आहेत जे उमेदवाराची चाचणी घेतात आणि त्यांना संरक्षण सेवांसाठी योग्य घोषित करतात. या निवडी पूर्णपणे फक्त उमेदवारामध्ये असलेल्या अधिकाऱ्या सारख्या गुणांवर (OLQ's) आधारित आहेत बाकी निकषांवर नाहीत.

OFFICERS LIKE QUALITIES EXPLAINED

What are the OLQ's That are Needed to Clear SSB Interview

एसएसबी मुलाखत उत्तीर्ण करण्यासाठी आवश्यक असलेले ओएलक्यू काय आहेत हे आपण पाहुयात.

"एसएसबी ही एक लढाई आहे. फक्त धाडसीच यात टिकून राहू शकतात!!!" लढाया फक्त सैनिकांसाठी असतात हा खरं तर चुकीचा समज आहे. या पृथ्वीवर टिकून असलेला प्रत्येकजण यातून सर्वोत्तम मिळविण्याचा प्रयत्न करत असतो. प्रत्येक सेकंदाला आपण जगण्याची लढाई लढत असतो. आपल्या मुलांना वेळेवर शाळेत पाठवण्याबद्दल, त्यांना न्याहारी आणि दुपारचे जेवण वेळेवर मिळावे, त्याची हेळसांड होऊ नये म्हणून वेळोवेळी संघर्ष करणाऱ्या आईला विचारा संघर्ष म्हणजे काय? तसेच चांगल्या ग्रेड मिळवण्यासाठी सतत संघर्ष करणारा विद्यार्थी आणि या स्पर्धात्मक जगात अस्तित्वात राहण्यासाठी अधिक जाणून घेण्यासाठी तो घेत असलेले कष्ट, तसेच आपल्या कुटुंबाचा उदरनिर्वाह करण्यासाठी सतत कष्ट करणारे वडील आणि आपल्या मुलांना रात्रीचे जेवण मिळावे म्हणून एक एक रुपया मिळविण्यासाठी आटोकाट प्रयत्न करणारा भिकारी हे सर्व जण संघर्षच करीत असतात. जीवन हे संघर्षाचे दुसरे नाव आहे. जे तोन डगमगता करतात ते जीवनाचा संपूर्ण आनंद लुटत असतात. पण दुसरी गोष्ट लक्षात ठेवली पाहिजे ती म्हणजे येथे काहीही अशक्य नाही. जे साध्य करतात आणि जे अपयशी ठरतात ते दोघेही माणूसच आहेत. ही त्यांची मेहनत आणि मेहनतच आहे जी नंतर त्यांच्या कामगिरी मध्ये दिसून येते. हे लक्षात असू द्या की, नशिबावर विश्वासून रहाण्यापेक्षा कठोर परिश्रमाला पर्याय नाही.

कृपया हे लक्षात घ्या की तुम्ही निवड न झालेल्या उमेदवारांना असे सांगताना बघू शकता की मला विचारले गेलेले प्रश्न अवघड होते तर इतरांना त्यांना माहिती असलेल्या विषयाबद्दलच विचारले. कृपया लक्षात घ्या की अशा टिप्पण्या अशाच उमेदवारांकडून केल्या जातात ज्यांची कॉन्फरन्स साठी शिफारस केल्या गेलेली नाही. SSB मधील मूल्यांकनकर्ते सर्वांना समान न्याय या तत्त्वावर उमेदवारांचे परीक्षण करतात.

एसएसबीमध्ये पॅरामीटर्सचा एक संच आहे जिथे तुम्हाला ऑफिसर सारख्या गुणांसाठी निवडले जाते. (OLQ's) खालील OLQ उमेदवाराकडे असणे आवश्यक आहे:

- प्रभावी बुद्धिमत्ता - Effective Intelligence
- तर्क करण्याची क्षमता - Reasoning Ability
- आयोजन क्षमता - Organising Ability
- अभिव्यक्ती क्षमता - Power of Expression
- सहकार्य - Cooperation
- जबाबदारीची भावना - Sense Of Responsibility
- आत्मविश्वास - Self Confidence
- गटावर प्रभाव टाकण्याची क्षमता - Ability to Influence Group
- निर्णयाची गती - Speed of Decision
- पुढाकार - Initiative
- निर्धार - Determination
- प्रामाणिकपणा - Honesty
- तग धरण्याची क्षमता - Stamina
- धाडस - Courage

सामाजिक समायोजन

- **सामाजिक अनुकूलता:** सामाजिक वातावरणाशी जुळवून घेण्याची आणि व्यक्ती आणि सामाजिक गटांशी चांगले जुळवून घेण्याची व्यक्तीची क्षमता.

- **सहकार्य:** समूहाचे ध्येय साध्य करण्यासाठी गटातील इतरांशी समरसतेने आणि स्वेच्छेने सहभागी होण्याची व्यक्तीची वृत्ती

- **जबाबदारीची भावना:** कर्तव्याची मूल्ये, सामाजिक दर्जा आणि आपल्या कडून काय अपेक्षित आहे याची संपूर्ण माहिती घेणे आणि नंतर स्वइच्छेने त्यासाठी ऊर्जा वापरणे आणि लक्ष घालणे.

नियोजन आणि आयोजन

- **प्रभावी बुद्धिमत्ता:** ही एखाद्या व्यक्तीची व्यावहारिक समस्यांचे निराकरण करण्याची क्षमता आहे.

- **तर्क करण्याची क्षमता:** एखाद्या व्यक्तीची परिस्थिती समजून घेणे आणि तर्कशुद्ध विचार करून निष्कर्षापर्यंत पोहोचणे ही त्याची क्षमता आहे.

- **आयोजन क्षमता:** इच्छित परिणाम देण्यासाठी संसाधने पद्धतशीरपणे वापरण्याची क्षमता.

- **अभिव्यक्ती क्षमता:** एखाद्याच्या कल्पना सहज आणि स्पष्टपणे मांडण्याची क्षमता.

सामाजिक परिणामकारकता

- **इनिशिएटिव्ह:** ही कोणतीही कृती सुरु करण्याची क्षमता आहे.

- **आत्मविश्वास:** अपरिचित परिस्थितींना तोंड देणे हा तुमच्या स्वतःच्या क्षमतेवरचा विश्वास आहे.

- **निर्णयाची गती:** ही व्यावहारिक निर्णय कमी वेळात घेण्याची क्षमता आहे.

- **समूहावर प्रभाव टाकण्याची क्षमता:** ही एखाद्या व्यक्तीची अशी क्षमता आहे जी त्याने ठरवलेली उद्दिष्टे साध्य करण्यासाठी इतरांना स्वेच्छेने प्रयत्न करण्यास सक्षम करते.

- **उत्फुल्लता:** ही एखाद्या व्यक्तीची अडचणीच्या वेळी स्वतः आनंदी राहणे आणि समुहामध्येही आनंदी वातावरण तयार करण्याची क्षमता आहे.

उत्स्फूर्तता

- **दृढनिश्चय:** मार्गात कितीही अडथळे आले तरीही उद्दिष्टे साध्य करण्यासाठी सतत प्रयत्न करण्याची क्षमता

- **तग धरण्याची क्षमता:** शारीरिक आणि मानसिक अडचणीची स्थिती सहन करून टिकून राहण्याची क्षमता.

- **धैर्य:** हेतूपूर्ण जोखीम घेण्याची क्षमता

त्यामुळे SSB उत्तीर्ण करणे हा शारीरिक खेळापेक्षा मानसिक खेळ आहे.

त्यामुळे शांत राहा आणि तणावमुक्त राहा. कठोर परिश्रम करीत असतानाच स्वत: ला तणावमुक्त ठेवण्यासाठी सज्ज व्हा. SSB च्या विविध फेऱ्या फक्त वरील गोष्टींना तपासण्या साठी असतात.

जर तुमच्यामध्ये OLQ's असतील तर तुम्हाला SSB उत्तीर्ण करण्यापासून कोणीही रोखू शकत नाही.

त्यामुळे लढाईसाठी सज्ज व्हा.

आत्मनिरीक्षण: यशाचे प्रवेशद्वार

- **परिणामांची गुप्तता (स्व-आत्मनिरीक्षण):** एसएसबीमध्ये उमेदवारांची एक समान तक्रार आहे की त्याला/तिला त्यांच्यातील कमतरता नक्की कुठे आहे हे जाणून घेता येत नाही कारण परिणाम हे गुप्त ठेवले जातात. उमेदवार कोणत्या भागामध्ये कमी पडला हे त्यास कधीच सांगितल्या जात नाही.

- स्वतःच्या कमतरतेबाबत विचार करणे, आत्मपरीक्षण करणे आणि निष्कर्ष काढणे हे सर्वस्वी उमेदवारावर सोडले जाते. कोणत्या चाचणीत त्यांनी वाईट कामगिरी केली किंवा नकाराचे कारण काय असू शकते; आपण कुठे कमी पडलो याचा अंदाज लावणे कठीण असते कारण कधीकधी तुमचे निष्कर्ष पूर्णपणे भिन्न असु शकतात. त्यामुळे एकंदरीत तुम्हाला मिळालेल्या नकाराचे कारण जाणून घेण्याची संधी तुम्हास कधीच मिळत नाही.

- SSB ही अशी परीक्षा नाही जिथे तुम्हाला वर्षभर पुस्तकांच्या ढिगाऱ्यात बसून तयारी करावी लागेलपण याचा अर्थ असा नाही की तुम्ही असेच उठून या परीक्षेसाठी जाऊ शकता. मला खात्री आहे तुम्ही असेच गेलात तर नक्कीच स्क्रीनिंगनंतर तुम्हाला पुढील बसने परत पाठवले जाईल. यश मिळविण्यासाठी तुम्ही SSB च्या संकल्पनांशी परिचित असायला हवे. तुमच्या मध्ये काय आणि कसे पाहिले जाते हे समजून घेऊन तुम्ही एसएसबीमध्ये स्वतःला खरेखुरे सादर करणे आवश्यक आहे. तसेच स्वत:ला प्रेझेंटेबल बनवण्यासाठी तुम्ही किमान तीन महिने तयारी करावयास हवी.

- आपण खरोखर काय आहात हे एक्सप्लोर करून समजून घेणे आणि SSB मध्ये आपण कसे असणे अपेक्षित आहे हे समजून घेऊन तयारी करणे आवश्यक आहे. एसएसबी मधील साधा फंडा म्हणजे तुम्ही स्वतः खरेखुरे आहात तसेच अधिकाऱ्यासमोर उघडपणे व्यक्त करा. एकदा तुम्ही सिस्टीमला फसवण्याचा प्रयत्न केलात की सिस्टीमला ते बरोबर कळते आणि तुम्हाला बाहेरचा रस्ता दाखविल्या जातो. SSB मधील मूल्यांकनकर्ते चांगले प्रशिक्षित असतात आणि ते तुमच्यामध्ये फक्त काही गुण शोधत असतात. होय, मी या गोष्टीशी नक्कीच सहमत आहे की तुम्हाला भारतातील घडामोडींची जाणीव असली पाहिजे आणि गोष्टी समजून घेण्याची योग्य क्षमता असली पाहिजे, परंतु यासाठी कोणत्याही तयारीची गरज नाही. आपल्या देशातील कोणत्याही तरुणांकडून ज्यांना आपल्या देशाचे जबाबदार नागरिक म्हटले जाते हीच अपेक्षा आहे. आता आत्मनिरीक्षण कसे करावे ते पाहूया:

- **स्टेज 1:** तुम्हाला अधिकारी व्हायचे आहे हे ठरविलेल्या क्षणापासूनच तयारी सुरु केली पाहिजे. अधिकारी एका दिवसात तयार होत नाहीत. लक्षात ठेवा कठोर निवड प्रक्रियेनंतर त्यांना एका योद्ध्यामध्ये आणि सुसंस्कृत व्यक्तीमध्ये रूपांतरित करण्यासाठी त्यांना एक वर्षासाठी अकादमीमध्ये प्रशिक्षित केले जाते आणि म्हणूनच आमचे संरक्षण दलाचे अधिकारी इतरांपेक्षा निराळे असतात आणि गर्दीत सहजपणे ओळखले जाऊ शकतात. जर तुम्ही यशस्वी होण्यासाठी शेवटच्या क्षणापर्यंत निष्क्रिय राहणार असाल आणि तुम्हाला गोष्टी सहज मिळवायच्या असतील तर तुम्ही चांदीचा किंबहुना सोन्याचाच चमचा घेऊन जन्माला यायला हवे पण तुम्ही असे असाल तरीही SSB मध्ये यश मिळू शकत नाही. तर तुमची तयारी वेळेत सुरू करा आणि पहिल्याच प्रयत्नात निवड होण्यासाठी स्वतःला तयार करा.

- चला तर मग, फक्त गणवेश आणि आणि त्यावर अभिमानाने मिरविण्याचे बिल्ले म्हणजे आर्मी नाही. आर्मी मध्ये सहभागी होण्यासाठी तयारी करीत असताना स्वतःला किमान हजार वेळा विचारा की तुम्हाला आर्मीमध्ये का यायचे आहे कारण आर्मी म्हणजे गणवेश आणि स्टार्स पेक्षा खूप काही आहे. ही देशासाठी केलेली सेवा आहे. एकदा तुम्ही सेवा करण्यास तयार असाल आणि या मार्गावर चालण्याचा निर्णय घेतला की तुमच्याकडे खूप काही असणे आवश्यक आहे. एक

किंवा दोन नव्हे, तर पंधरा पूर्व-परिभाषित OLQ चा संच ज्यामध्ये एसएसबीमध्ये त्यांचे मूल्यांकन करताना कोणतीही सूट दिली जात नाही. परंतु या पृथ्वीवर जन्मलेल्या प्रत्येक व्यक्तीला प्रत्येक गुण देण्यासाठी देवाने कृपा केली आहे. तात्काळ विचार येतो की जर असे असेल तर बेकायदेशीर कामे करणारे लोक का आहेत आणि एसएसबीमध्ये प्रत्येकाची निवड का केली जात नाही? वस्तुस्थिती अशी आहे की जरी प्रत्येकामध्ये गुण असतात परंतु आपण जगाचा एक भाग बनल्यानंतर आपल्या सभोवतालच्या परिस्थितीचा, घडामोडींचा आणि आपल्या सभोवतालच्या लोकांचा प्रभाव आपल्या मनावर पडतो आणि त्यानेच फरक पडतो.

- **स्टेज 2:** तुमची मानसिकता सकारात्मक ठेवा जेणेकरुन तुम्ही नकारात्मक विचारांपासून दूर राहू शकाल आणि तुमच्या मध्ये असलेल्या गुणांचे सार जपू शकाल. आधी सांगितल्याप्रमाणे सर्व गुण तुमच्यामध्ये जन्मजात असतातच परंतु एखाद्या व्यक्तीचे पालनपोषण कसे झाले आहे या नुसार व्यक्तिपरत्वे त्यांची पातळी कमी जास्त असू शकते. त्यामुळे तुम्हीच स्वतःसाठी जबाबदार आहात म्हणूनच त्यानुसारच आपल्या व्यक्तिमत्त्वास आकार द्या. नकारात्मक विचारांच्या प्रभावापासून दूर राहिल्यास त्याने तुमच्या व्यक्तिमत्त्व विकासाला मदतच होते आणि अशा प्रकारे SSB मध्ये सहज यश मिळवणे शक्य होऊ शकते. पुढील टप्पा हा अत्यंत महत्त्वाचा आहे जो तुमच्याकडे काय आहे आणि आणखी काय हवे आहे या बाबतची वस्तुस्थिती समजून घेण्यास मदत करतो.

एकदा स्वतः मध्ये असलेल्या क्षमतांची जाणीव झाल्यावर आपण स्वतः मधील कमतरता जाणून घेऊन त्या आपल्या व्यक्तिमत्वात असण्याच्या कारणांचा शोध घेण्याचा प्रयत्न करा आणि या कमतरता कशा प्रकारे दूर करता येऊ शकतील याचा विचार करा. यासाठी सुमारे एक महिन्याचा वेळ गृहीत धरा कारण व्यक्तिमत्वातील बदल ही एक कठीण गोष्ट आहे आणि आवश्यक असलेल्या बदलाच्या प्रमाणात त्यासाठी जास्त वेळ देखील लागू शकतो म्हणूनच मी यासाठीचा प्रयत्न लवकर सुरू करण्याचा सल्ला देईन. शेवटच्या क्षणाची वाट पाहू नका. तसेच एसएसबी साठी एका नंतर एक जाणे देखील फायदेशीर ठरणार नाही, यामुळे फक्त तुमच्या प्रयत्नांची संख्या वाढेल पण यश मिळणार नाही. दोन SSB परीक्षांच्या मध्ये सुमारे 2-3 महिन्यांचा फरक असावा.

या मुळे तुम्हाला व्यक्तिमत्वामध्ये कोणत्या सुधारणांची आवश्यकता आहे आणि त्या साठी कशावर लक्ष केंद्रित करणे आवश्यक आहे याचा अंदाज येऊ शकेल. या व्यतिरिक्त खालील टिप्स तुम्हाला इच्छित निकाल मिळविण्याच्या कामी येऊ शकतात.

- कोणतीही कमकुवत बाजू समोर आली तरी आत्मविश्वास गमावू नका. अपयश आले तरी तुम्हाला हे समजलेले असेल की काय सुधारणा करणे आवश्यक आहे. त्यामुळे अपयश आले म्हणून बाहेर पडण्याच्या पर्यायाचा विचार करू नका. एलिट डिफेन्स फोर्स ऑफिसर्सची हीच गोष्ट सर्वात आदरपूर्ण आहे की ते कधीही त्यांचे काम थांबवीत नाहीत.

- माझ्या मित्राची एसएसबी मधील कामगिरी अगदीच सुमार होती तरीही त्याची निवड झाली. मी ग्रुप डिस्कशन मध्ये पाच वेळा आपले मत मांडले आणि माझ्या बरोबरीचा उमेदवार फक्त हसत होता तरीही मला स्क्रीन आउट केल्या गेले आणि त्याची मात्र मुलाखती साठी निवड झाली. अशा चुकीच्या धारणांवर कधीही विश्वास ठेवू नका.

- कृपया लक्षात ठेवा की SSB मधील निवड तात्काळ होत नाही, ती तेथे आयोजित केलेल्या अनेक फेऱ्यांच्या निवडीवर आधारित आहे आणि तेथे केल्या जाणारे उमेदवाराचे मूल्यांकन हे अतिशय कडक पणे केले जाते. त्यामुळे अशा प्रकारच्या पळवाटा शोधण्यात काहीही अर्थ नाही.

- मी चुकीच्या समजुतींवर लक्ष केंद्रित करण्याऐवजी तुम्हाला कोणत्या बाबींमध्ये सुधारणा करणे आवश्यक आहे यावर लक्ष केंद्रित करण्यास सुचवेन. स्वतःच्या व्यक्तिमत्वात केलेल्या अशा सुधारणा फक्त एसएसबी निवडीमध्येच तुमच्या कामी येतात असे नाही तर तुमच्यातील खऱ्या क्षमतेची जाणीव करून देणारी ती आयुष्यभराची गुंतवणूक असेल.

- स्वतःमध्ये सुधारणा करण्यासाठी कोणतीही जादूची कांडी नाही त्यासाठी परिश्रम आणि संयम आवश्यक आहेत. एकदा सुधारणा झाली की तुमचे आर्मीचा गणवेश परिधान करून खांद्यावर स्टार्स मिळविण्याचे स्वप्न साध्य करण्यापासून कोणीही तुम्हाला रोकु शकत नाही.

SSB मुलाखतीचे वेळापत्रक

(मुलाखत केंद्रावर येण्याचा दिवस)

देशभरात SSB ची चार निवड केंद्रे आहेत. अलाहाबाद, भोपाळ, बंगळुरू आणि कपुरथला येथे ही केंद्रे आहेत. प्रत्येक निवड केंद्रामध्ये चार ते पाच सेवा निवड मंडळ (SSB) असतात. तुमची SSB मुलाखत यापैकी एका केंद्रावर होईल.

रिसेप्शन: आगमनाच्या दिवशी तुम्हाला रेल्वे स्टेशनवरील मूव्हमेंट कंट्रोल ऑफिस (MCO) ला कळवावे लागेल. येथे, रिसेप्शनचे व्यवस्थापन करणाऱ्या सिलेक्शन सेंटरचा एक प्रतिनिधी तुमचे स्वागत करेल आणि तुम्हाला निवड केंद्रापर्यंत घेऊन जाणाऱ्या बसमध्ये नेईल. उशीरा किंवा रेल्वे शिवाय इतर मार्गाने येणाऱ्या उमेदवारांनी थेट निवड केंद्रावर जावे. अहवाल दिल्यानंतर तुम्हाला सेटल होण्यासाठी पुरेसा वेळ मिळेल. साधारणपणे दुपारचा वेळ हा रिकामा ठेवलेला असतो (तुमच्या मुलाखतीचा दिवस वगळता). जवळच्या प्रेक्षणीय स्थळांना भेट देण्यासाठी किंवा खरेदी करण्यासाठी तुम्ही या संधीचा उपयोग करू शकता.

उद्घाटनाचे संबोधन आणि फॉर्म भरणे

सर्वात प्रथम ड्युटी ऑफिसर प्रास्ताविक भाषण देतात. ते तुम्हाला प्रशासकीय तपशील, कोणत्या गोष्टी करता येऊ शकतात आणि कशासाठी मनाई आहे तसेच निवड केंद्रातील आचारसंहिता या बाबी स्पष्ट करतात. तुम्हाला वय/शैक्षणिक पात्रतेसाठी आवश्यक प्रमाणपत्रांच्या पडताळणीसह इतर कागदपत्रांची पूर्तता करणे देखील आवश्यक आहे. पुढील चाचणीसाठी सर्व उमेदवारांना एक विशिष्ट क्रमांक दिला जातो ज्याला चेस्ट नंबर म्हटले जाते. हे लक्षात ठेवणे महत्त्वाचे आहे की तुमची स्पर्धा इतर उमेदवारांशी नसते. तुम्हा सर्वांचे मूल्यमापन योग्यतेच्या सामान्य मानकांनुसार केले जाईल आणि या मूल्यांकनावर आधारित गटातील प्रत्येकाची शिफारस होऊ शकते किंवा प्रत्येकजणच बादही होऊ शकतो.

आगमन/रिपोर्टिंगच्या दिवसाव्यतिरिक्त, SSB चे पाच दिवसांचे चाचणी वेळापत्रक असते. या चाचण्यांद्वारे उमेदवारांची फक्त शारीरिक क्षमता तपासल्या जात नाही. तुमच्या व्यक्तिमत्त्वाच्या विविध पैलूंबद्दल अधिक माहिती घेण्यासाठी या चाचण्यांची रचना केलेली असते. चाचणीमध्ये सहभागी करून घेण्याच्या उमेदवारांच्या संख्येनुसार चाचण्यांचे

वेळापत्रक बदलू शकते आणि आवश्यक असल्यास, ग्रुप टास्किंग चाचण्या एकाच दिवसात घेतल्या जाऊ शकतात. चाचणीचे तपशील खालीलप्रमाणे आहेत:

पहिला दिवस (स्टेज I)

पहिल्या टप्प्यातील निवड प्रणालीमध्ये पुढील गोष्टींचा समावेश आहे:

a. **बुद्धिमत्ता चाचणी (मौखिक आणि अ-मौखिक).**

b. **चित्र धारणा आणि वर्णन चाचणी (PPDT):** उमेदवारांच्या समोर चित्र ३० सेकंद दर्शविल्या जाते. पुढील एका मिनिटामध्ये उमेदवारांनी सात मूलभूत पॅरामीटर्स उदा:- चित्रामधील पात्रांची संख्या, वय, लिंग, मूड, प्रत्येक पात्रासाठीच्या भूतकाळ, वर्तमान आणि भविष्याशी संबंधित क्रिया यांची विस्तृतपणे नोंद घेणे आवश्यक असते. कथा लेखनासाठी चार मिनिटांचा वेळ दिलेला असतो.

c. **चित्राची चर्चा: ३० मिनिटे:** या टप्प्यामध्ये बॅच विविध गटांमध्ये विभागली जाते. एका गटामध्ये साधारण 15 उमेदवार असतात. प्रत्येक उमेदवार त्याने चित्रावरून लिहिलेली कथा सांगतो. त्यानंतर भाग-2 मध्ये गटातील सर्व उमेदवारांनी आपापसात चर्चा करून त्यांच्या गटाच्या कथेचे कथानक आणि त्यातील पात्र याविषयी एकमत बनवायचे असते.

सर्व उमेदवारांनी पहिला टप्पा पार केल्यानंतर पहिल्या टप्प्यासाठीच्या चाचणीचा निकाल घोषित केल्या जातो. यामधील शिफारस केलेले उमेदवार स्टेज-II साठी कायम ठेवले जातात आणि ज्यांची शिफारस केलेली नाही त्यांना परत पाठवले जाते.

दिवस 2 (टप्पा II)

मानसशास्त्रीय चाचण्यांमध्ये पुढील गोष्टींचा समावेश होतो:

a. **थीमॅटिक अपेरसेप्शन टेस्ट (TAT):** या चाचणी मध्ये उमेदवारांना 12 चित्रे दर्शविली जातात. या मध्ये एका रिक्त चित्राचा समावेश असतो. प्रत्येक चित्र ३० सेकंदांसाठी दाखवले जाते. उमेदवारांना चित्रा मधील परिस्थितीचा विचार करून कोणत्या घटना घडलेल्या असू शकतात आणि त्याचा परिणाम काय होईल?याभोवती एक कथा लिहिण्यास सांगितले जाते. प्रत्येक स्लाईडवरून

कथा लिहिण्यासाठी 4 मिनिटांचा वेळ दिलेला असतो. रिकाम्या स्लाइडमध्ये त्यांनी मनामध्ये एक चित्र रंगवून, विचार करून त्या वरून स्वतःच एक कथा लिहायची असते.

b. **वर्ड असोसिएशन टेस्ट (WAT):** ही चाचणी तुमच्यावर तणाव आणून तुमचे खरे व्यक्तिमत्व जाणून घेण्यासाठीच आहे. या चाचणी मध्ये चांगले काम करण्यासाठी तुम्हाला सरावाची गरज असते. या चाचणीमध्ये उमेदवारांना प्रत्येकी 15 सेकंदांनंतर 60 शब्दांची मालिका दर्शविली जाते. प्रत्येक शब्द पाहिल्यानंतर उमेदवाराने त्याच्या मनात येणारा पहिला विचार किंवा कल्पना लिहिणे अपेक्षित असते. अशा ऐनवेळी लिहिण्याच्या उत्तरामध्ये उमेदवार त्याच्या मनातील विचार कोणत्याही फेरफाराशिवाय मांडतो त्यामुळे त्याचे खरे व्यक्तिमत्व जाणून घेता येते.

c. **सिच्युएशन रिॲक्शन टेस्ट (SRT):** या चाचणीमध्ये दैनंदिन जीवनातील क्रियांशी संबंधित 60 परिस्थितींचा समावेश असतो. या परिस्थिती एका पुस्तिकेत छापल्या जातात. उमेदवाराला त्या प्रत्येक परिस्थितीत कसे वाटेल, ते काय विचार करतील आणि कोणती कृती करतील या बद्दल त्याच्या प्रतिक्रिया लिहून वाक्ये पूर्ण करण्यास सांगितले जाते.

d. **स्वतःचे वर्णन चाचणी:** उमेदवाराला त्याचे पालक, मित्र, शिक्षक/वरिष्ठ यांच्या त्याच्या बद्दलच्या मताबद्दल प्रत्येका संदर्भात पाच स्वतंत्र परिच्छेद लिहिण्यास सांगितले जाते.

दिवस 3 (समूह चाचण्या)

GTO - प्रथम दिवस: यामध्ये पुढील गोष्टींचा समावेश आहे:

a. **गटचर्चा:** सामान्य आवडीच्या दोन विषयांवर (सामाजिक समस्या आणि चालू घडामोडी) चर्चा केली जाते. ही एक अनौपचारिक चर्चा असते, वादविवाद नाही. प्रत्येक विषयाला प्रत्येकी 20 मिनिटे दिली जातात. या चर्चेमधून कोणताही निश्चित निष्कर्ष काढणे आवश्यक नसते.

b. **गट नियोजन व्यायाम:** यात पाच टप्प्यांचा समावेश आहे उदा. , मॉडेलचे स्पष्टीकरण, GTO द्वारे वर्णनाचे वाचन, उमेदवारांनी स्वतः वाचण्यासाठी पाच

मिनिटे, वैयक्तिक लिखित उपायांसाठी 10 मिनिटे आणि गट चर्चेसाठी 20 मिनिटे. गटाने सुचविलेल्या उपायाचे कथन आणि निश्चित निष्कर्ष आवश्यक असतो.

c. **प्रोग्रेसिव्ह ग्रुप टास्क:** हे पहिले मैदानी टास्क असते. चार अडथळ्यांचा एक संच ज्यामध्ये अडचणींची पातळी हळूहळू वाढत जाते आणि ती 40 ते 50 मिनिटांत पूर्ण करायची असते. स्ट्रक्चर्स, हेल्पिंग मटेरियल आणि लोड ग्रुपला पुरवले जातात.

d. **गट अडथळ्यांची शर्यत:** या टास्कमध्ये सापाच्या आकाराचे ओझे खांद्यावर घेऊन सहा अडथळ्यांच्या सेटवर गट एकमेकांच्या विरोधात उभे असतात.

e. **हाफ ग्रुप टास्क:** यात प्रोग्रेसिव्ह ग्रुप टास्क सारखाच एक अडथळा असतो ज्यामध्ये साहित्य आणि भार वाहून नेण्यात मदत होते. गट दोन उपगटांमध्ये विभागला जातो आणि समान अडथळा अशा प्रकारे ठरविल्या जातो की जेव्हा एक गट काम करत असेल तेव्हा दुसऱ्या गटाला ते पाहण्याची परवानगी नसते. प्रत्येक उपगटासाठी दिलेला वेळ १५ मिनिटे असतो.

f. **व्याख्यान:** हे एक वैयक्तिक कार्य आहे आणि प्रत्येक उमेदवाराने गटाला एक लहान भाषण देणे आवश्यक आहे. भाषणासाठी लेक्चरेट काईसमध्ये दिलेल्या चारपैकी कोणत्याही एका निवडलेल्या विषयाची तयारी करण्यासाठी तीन मिनिटांचा वेळ दिला जातो.

चौथा दिवस

ग्रुप टास्कचा दुसरा दिवस

a. **वैयक्तिक अडथळे:** 10 अडथळ्यांचा संच प्रत्येकास पार करावा लागतो. सर्व अडथळ्यांना मिळून एक ते दहा क्रमांक दिले जातात. त्या त्या अडथळ्यास दिलेला क्रमांक हेच त्या अडथळ्यासाठी मिळणारे पॉईंट्स असतात.

प्रत्येक उमेदवारास हे अडथळे पार करण्यासाठी तीन मिनिटे दिली जातात. तीन मिनिटांमध्ये जितके जास्त अडथळे आणि जास्त पॉईंट्स असणारे अडथळे उमेदवार पार करेल तेवढेच त्याचे पॉईंट्स वाढतील.

b. **कमांड टास्कः** प्रत्येक उमेदवारास प्रोग्रेसिव्ह ग्रुप टास्क प्रमाणेच एका अडथळ्याच्या टास्कसाठी कमांडर म्हणून नामांकन दिले जाते. या साठी दिलेला वेळ 15 मिनिटे असतो.

c. **फायनल ग्रुप टास्कः** प्रोग्रेसिव्ह ग्रुप टास्क प्रमाणेच एका अडथळ्याचा टास्क पूर्ण करायचा असतो. हा टास्क पूर्ण करण्यासाठी दिलेला वेळ 15-20 मिनिटे असतो.

पाचवा दिवस

यामध्ये पुढील गोष्टींचा समावेश आहे:

i. निरोपाचे अभिभाषण

ii. कॉन्फरन्स

iii. निकालांची घोषणा

iv. निरोप

मुलाखतीः मुलाखती मुलाखत अधिकाऱ्याद्वारे साधारणपणे दुपारी घेतल्या जातात. मुलाखती घेणे हे पहिल्या दिवसापासून ते चौथ्या दिवसापर्यंत सुरू रहाते. तुमची मुलाखत फक्त एकदाच घेतली जाईल आणि त्याबद्दल तुम्हाला आधी माहिती दिली जाईल. संपूर्ण मुलाखतीतील वातावरण अनौपचारिक असते. प्रश्न साधारणपणे तुमच्या रोजच्या अनुभवावर आधारित असतात. तुम्ही हे समजून घ्या की एसएसबी उत्तीर्ण झाले म्हणजेच तुम्ही सक्षम आहात असे नाही. एसएसबी मध्ये अयशस्वी ठरला तरीही तुम्ही इतर क्षेत्रामध्ये चांगले यश मिळवू शकता. किंबहुना, एसएसबीसाठी पात्र ठरणे म्हणजेही तुम्ही सक्षम असल्याचे प्रमाण आहे कारण त्यासाठी तुम्हाला हजारो लोकांमधून शॉर्टलिस्ट केल्या गेले आहे.

वैद्यकीय तपासणी दरम्यान मुक्काम

SSB निकाल जाहीर झाल्यानंतर शिफारस केलेल्या उमेदवारांना निवड केंद्रांमध्ये सैनिकी हॉस्पिटलद्वारे त्यांच्या वैद्यकीय तपासणीसाठी त्यांना शिफारस केलेल्या क्रमवारी प्रमाणे रहावे लागते. उमेदवारांना यासाठी नवीन वैद्यकीय छाती क्रमांक वाटप केले जातात.

जे उमेदवार अपील वैद्यकीय मंडळाकडे जातील किंवा काही अपरिहार्य कारणांमुळे त्यांची वैद्यकीय तपासणी नंतरच्या तारखेला करावी लागेल त्यांना तेंव्हाची व्यवस्था स्वतःच करावी लागेल.

वैद्यकीय तपासणी दरम्यान शिस्त

हे अत्यंत महत्त्वाचे आहे की शिफारस केलेल्या उमेदवारांनी त्यांच्या वैद्यकीय तपासणी दरम्यान निवड केंद्रांमध्ये राहून योग्य शिस्त पाळली पाहिजे. जेव्हा उमेदवार निवड केंद्रांच्या कॅम्पसमध्ये उपस्थित असतील तेव्हा त्यांनी त्यांचा वैद्यकीय छाती क्रमांक (रेड क्रॉससह) लावणे आवश्यक आहे.

निवड केंद्रांवर शिफारस केलेल्या उमेदवाराची वैद्यकीय तपासणी प्रक्रिया

सामान्य

SSB निकालानंतर शिफारस केलेले उमेदवार वैद्यकीय मंडळासमोर हजर होतात. संबंधित मिलिटरी हॉस्पिटलला मेडिकल बोर्ड पूर्ण करण्यासाठी 4 ते 5 दिवसांचा अवधी लागतो आणि त्यानंतर उमेदवार रवाना होतात. NDA उमेदवारांची आर्मी आणि नेव्ही दोन्हीसाठी तपासणी केली जाते जोपर्यंत अन्य सूचना दिल्या जात नाहीत आणि त्यानुसार फिटनेसला मान्यता दिली जात नाही. वैद्यकीय मंडळाचे अध्यक्ष उमेदवारांना वैद्यकीय मंडळाच्या अपील/पुनरावलोकन प्रक्रियेसाठी मार्गदर्शन करतात. वैद्यकीय चाचणी मध्ये अक्षम घोषित झाल्यास उमेदवार पुनरावलोकन/अपीलसाठी विशेष वैद्यकीय मंडळाच्या अध्यक्षांचा सल्ला घेऊ शकतात.

वैद्यकीय परीक्षा: सेवा निवड मंडळाने शिफारस केलेल्या उमेदवाराची वैद्यकीय सेवा अधिकारी मंडळाकडून वैद्यकीय तपासणी केली जाते. वैद्यकीय मंडळाची कार्यवाही गोपनीय आहे आणि ती कोणालाही सांगितली जात नाही. तथापि, विशेष वैद्यकीय मंडळाने (SMB) अयोग्य घोषित केलेल्या उमेदवारांना मेडिकल बोर्ड (AMB) च्या अपीलची प्रक्रिया वैद्यकीय मंडळाच्या अध्यक्षांद्वारे सूचित केली जाईल. अयोग्य उमेदवारांनी जास्तीत जास्त ४२ दिवसांच्या आत AMB साठी अहवाल द्यावा. उमेदवारांना त्यांच्या स्वतःच्या हितासाठी AMB साठी वेळेत उपस्थित राहण्याचा सल्ला दिला जातो. SMB ने दिलेल्या शेवटच्या तारखेची वाट पाहू नये. उमेदवारांना सूचित करण्यात येते की, वैद्यकीय मंडळाच्या अपीलमध्ये भरती

संचालनालयाची कोणतीही भूमिका नाही आणि वैद्यकीय अधिकाऱ्यांनी सुचविलेल्या प्रक्रियेचे त्यांनी काटेकोरपणे पालन केले पाहिजे. ज्या उमेदवारांना अपात्र घोषित केले जाते त्यांना AMB च्या अध्यक्षांद्वारे, AMB च्या कार्यपद्धतीबद्दल सूचित केले जाते तसेच अपील मध्ये त्यांच्या केल्या गेलेल्या पुनरावलोकना बाबतही त्यांना सूचित केले जाते.

वैद्यकीय मंडळ (RMB) ची मंजुरी ही DGAFMS च्या अधिकारात येते. RMB ही केसच्या गुणवत्तेवर आधारित मंजूर केल्या जाते तो अधिकार असू शकत नाही. महासंचालनालयाकडून मंजूर वैद्यकीय दस्तऐवज प्राप्त झाल्यावरच उमेदवारास वैद्यकीयदृष्ट्या तंदुरुस्त मानले जाते.

टीपः उमेदवारांनी त्यांच्या स्वतःच्या हितासाठी SSB मुलाखतीसाठी येण्या आधी कानातील मळ, DNS, रंगांबाबतचा दृष्टी दोष, जास्त वजन/कमी वजन, मूळव्याध, गायकोमास्टिया आणि टॉन्सिलिटिस यासाठी प्राथमिक वैद्यकीय तपासणी करून घ्यावी.

a. **उंची आणि वजनः** पुरुषांसाठी किमान उंची 157.5 सेमी आणि वजन हे उंचीच्या प्रमाणात असणे आवश्यक असते परंतु ईशान्य आणि डोंगराळ भागातील उमेदवार तसेच गोरखा, नेपाळी, आसामी आणि गढवाली यांच्या बाबत उंचीची अट ही 5 सेमीने शिथिल केल्या गेली आहे. तसेच वजनही या शिथिल केलेल्या उंचीच्या प्रमाणातच ग्राह्य धरल्या जाते.

   लक्षद्वीपमधील उमेदवारांच्या बाबतीत किमान उंचीची अट2सेमीने शिथिल करण्यात आली आहेतसेच वजनही या कमी केलेल्या उंचीच्या प्रमाणातच ग्राह्य धरल्या जाते.

b. **दृष्टी बाबतचे मापदंडः** पुरुष उमेदवारांसाठी दृष्टीसाठीचे अंतर (करेक्टेड)चांगली दृष्टी 6/6 आणि खराब दृष्टी 6/18 ग्राह्य धरल्या जाते. मायोपिया 3.5D पेक्षा जास्त नसावा आणि हायपरमेट्रोपिया 3.5D पेक्षा जास्त नसावा. महिला उमेदवारांसाठी किमान दृष्टी (करेक्टेड) चांगली दृष्टी 6/6, वाईट 6/18, मायोपिया दृष्टिदोषासह उणे 5.5 पेक्षा जास्त नसावा.

   नेत्रदर्शकाच्या माध्यमातून डोळ्यांची अंतर्गत तपासणी केली जाईल जेणेकरून डोळ्याच्या कोणत्याही आजाराची तपासणी होऊ शकेल. उमेदवाराची

बायनॉक्युलर व्हिजन चांगली असणे आवश्यक आहे. तसेच कलर व्हिजन हे CPIII (दोषयुक्त सुरक्षित)असणे आवश्यक आहे. उमेदवारास लाल आणि हिरवे रंग ओळखता यावयास हवे.

c. **कायमस्वरूपी बॉडी टॅटू:** शरीरावर कायमस्वरूपी टॅटू असल्यास फक्त हाताच्या आतील बाजूस म्हणजेच मनगट ते कोपराच्या आतील बाजूपर्यंत तसेच हाताच्या पंजाच्या मागच्या बाजूसच मान्य केल्या जातील.

शरीराच्या इतर कोणत्याही भागावर कायमस्वरूपी टॅटूसाठी मान्यता नाही आणि तसे असल्यास उमेदवारांना पुढील निवडीपासून प्रतिबंधित केले जाईल. काही जमातींच्या अस्तित्वात असलेल्या प्रथा आणि परंपरांनुसार चेहऱ्यावर किंवा शरीरावर टॅटूचे चिन्ह असल्यास अशा उमेदवारांना प्रत्येक प्रकरणामध्ये स्वतंत्र विचार करून मान्यता दिल्या जाते.

मेडिकल बोर्डचे पुनरावलोकन करणे

अपील मेडिकल बोर्डने उमेदवारास अयोग्य घोषित केले असल्यास, तो/ती या कार्यवाहीला आव्हान देऊ शकतो आणि प्रकरणाच्या गुणवत्तेवर आधारित वैद्यकीय कार्यवाहीचे पुनरावलोकन मंजूर केले जाऊ शकते. पुनरावलोकनासाठी इच्छुक असलेल्या कोणत्याही उमेदवाराने अपील मेडिकल बोर्ड पार पडल्यानंतर एका दिवसाच्या आत रिक्रूटिंग डायरेक्टरेट (कर्मचारी आणि समन्वय), लष्कर मुख्यालय, पश्चिम ब्लॉक III, आरके पुरम, नवी दिल्ली यांना विनंती करावी. या विनंतीची एक प्रत अपील मेडिकल बोर्डच्या अध्यक्षांना देण्यात यावी. RMB साठी अर्ज DG AFMS मार्फत पाठवले जातात. RMB मान्य करण्याचा निर्णय DG AFMS चा आहे, तो उमेदवाराचा अधिकार नाही. मेडिकल बोर्डचे पुनरावलोकन R & R हॉस्पिटल दिल्ली कँटोन्मेंट आणि AFMC, पुणे येथे आयोजित केले जातात.

राष्ट्रीयत्व: उमेदवार एकतर (i) भारताचा नागरिक किंवा (ii) नेपाळचा किंवा (iii) भूतानचा किंवा (iv) एक तिबेटी निर्वासित असणे आवश्यक आहे जो 1 जानेवारी 1962 पूर्वी कायमस्वरूपी भारतात रहाण्याच्या हेतूने भारतात आला होता. (v) भारतीय वंशाची व्यक्ती जी पाकिस्तान, म्यानमार, श्रीलंका आणि केनिया, युगांडा, युनायटेड रिपब्लिक ऑफ टांझानिया, झांबी, मलावाई, झैरे, इथिओपिया आणि व्हिएतनाम सारख्या पूर्व आफ्रिकन देशांमधून भारतात कायमस्वरूपी स्थायिक होण्याच्या उद्देशाने स्थलांतरित झाली आहे. परंतु वरील श्रेणी (ii), (iii), (iv) आणि (v) मधील उमेदवार ही अशी व्यक्ती असणे आवश्यक आहे जिच्या नावे भारत सरकारने पात्रतेचे प्रमाणपत्र जारी केले आहे. मात्र नेपाळमधील गोरखा असलेल्या उमेदवाराच्या बाबतीत पात्रता प्रमाणपत्र आवश्यक असणार नाही.

संदर्भ

www.Upsc.gov.in
www.indianarmy.nic.in
www.nccindia.nic.in
www.Joinindianarmy.nic.in
www.Employmentnews.gov.in
www.joinindiannavy.gov.in
www.joinindiancoastguard.gov.in
www.careerairforce.nic.in.
www.indianairforce.nic.in
www.nda.nic.in
www.spiaurangabad.com
www.rimc.gov.in
www.careerindianairforce.cdac.in
www.india.gov.in